चिकन सूप
फॉर द सोल
बॅकपेन

पाठदुखीविषयीची शास्त्रीय माहिती वेधक स्वरूपात

मूळ लेखक
जोनाथन ग्रीर
एम.डी. एफ.ए.सी.पी., एफ.ए.सी.आर.
जॅक कॅनफिल्ड
मार्क व्हिक्टर हॅन्सन

अनुवाद
डॉ. वसु भारद्वाज

मेहता पब्लिशिंग हाऊस

Chicken Soup for the Soul Healthy Living : Back Pain by Jack Canfield, Mark Victo Hansen, & Jonathan Greer,M.D.,FACP,FACR
© 2006 Jack Canfield & Mark Victor Hansen
Published under agreement with Health Communications Inc.,Deerfield Beach,Florida, USA.
Translated into Marathi Language by Dr. Vasu Bhardwaj

चिकन सूप फॉर द सोल बॅकपेन / मार्गदर्शनपर

अनुवाद : डॉ. वसु भारद्वाज, ग-३५, ज्ञानेश्वर कॉलनी, राहुरी, जि. अहमदनगर - ४१३७२२.
vasubharadwaj27@gmail.com

मराठी अनुवादाचे व प्रकाशनाचे हक्क मेहता पब्लिशिंग हाऊस, पुणे.

प्रकाशक : सुनील अनिल मेहता, मेहता पब्लिशिंग हाऊस, १९४१, सदाशिव पेठ, माडीवाले कॉलनी, पुणे – ४११०३०.

मुखपृष्ठ : मेहता पब्लिशिंग हाऊस

प्रथमावृत्ती : जानेवारी, २०१७

P Book ISBN 9789386342041

प्रस्तावना

सतत ग्रामीण भागात वैद्यकीय व्यवसाय करताना एक गोष्ट मला प्रकर्षाने जाणवली, ती म्हणजे आजार आणि त्यावरचे उपचार यांविषयी आजही ग्रामीण समाज बराच अनभिज्ञ आहे. कुठलाही आजार हा नुसता दाबून टाकण्याचा एक कल आपल्याकडे आहे. आजाराचं रीतसर निदान करणं आणि त्यावर व्यवस्थित शास्त्रीय पद्धतीने उपचार करणं म्हणजे जणू वेळ वाया घालवणं आहे, असं सर्वांना वाटतं. शहरी भागही कमीजास्त प्रमाणात जर असाच विचार करीत असेल, तर आपण आपल्या आरोग्यविषयी निश्चितच जागृत नाही, असा याचा अर्थ होतो. त्यामुळे किमान शिक्षण झालेल्या आणि बऱ्यापैकी जागृत असलेल्या व्यक्तीला जर आजार आणि त्याविषयी माहिती हवी असेल तर फारच अडचण निर्माण होते. कारण प्रत्यक्ष डॉक्टरांना जाऊन तो विचारू शकत नाही आणि दुसरी महत्त्वाची बाब म्हणजे केवळ आजार, त्याचे निदान आणि उपचार याविषयी असणारी पुस्तके आपल्याकडे अत्यंत दुर्मीळ आणि क्लिष्ट स्वरूपात आहेत. शिवाय त्यामध्ये त्या आजाराच्या अनुषंगाने असणारी इतर माहिती आणि काही रुग्णांचे निखळ आणि पारदर्शी अनुभव नाहीत. जे काही आहे ते अत्यंत त्रोटक, केवळ जाहिरात करणारे किंवा काही तरी गुपित सांगत असल्याप्रमाणे आहेत, हे शास्त्रीय ज्ञानाच्या एकदम विरुद्ध आहे.

चिकन सूप फॉर सोलच्या मालिकेतील ही सारी आरोग्यविषयक पुस्तके अत्यंत चांगली, सरळ सरळ शास्त्रीय माहिती देणारी आहेत आणि कुठलाही गैरसमज वा अंधश्रद्धा पसरवणारी नाहीत. प्रस्तुत बॉकपेन अर्थात पाठदुखीविषयी माहिती देणाऱ्या या पुस्तकात त्यांनी पाठदुखी, त्याची मूळ कारणे, निदान कसे केले जाते, त्यासाठीच्या विविध तपासण्या, त्यावरचे साधारण उपचार, त्यांचे परिणाम व दुष्परिणाम एवढंच दिलंय असं नाही तर पाठदुखीविषयी रूढ असणाऱ्या गैरसमजाला छेद देणारीही माहिती दिली आहे. पर्यायी उपचार आणि ते कोणाकडून करून घ्यावेत, हेही दिलं आहे. एवढी सारी माहिती देताना अर्थात ती रूक्ष होणारच. पण तशी रूक्षता येऊ न देता त्यांनी तीच माहिती काही पाठदुखीच्या रुग्णांच्या अनुभवाच्या स्वरूपात आणि अतिशय वेधक व आकर्षक स्वरूपात मांडली आहे. पाठदुखीच्या रुग्णाने कोणता गृहपाठ करावा, हे पण दिले आहे. वाचकही माहिती वाचून पाठदुखीशी झुंज देण्याला तयार होतील, याची मला खात्री आहे.

जोनाथन ग्रीर आणि इतर संपादन मंडळाने मोठ्या तयारीने बनवलेलं हे पुस्तक 'मेहता पब्लिशिंग हाऊस'ने मोठ्या विश्वासाने माझ्यावर सोपवलं, त्याबद्दल मी त्यांचा अत्यंत आभार आहे.

तुम्ही पाठदुखीवर मात करू शकता

आपल्या पाठीचा कणा आपल्याला ताठ सरळ ठेवतो, आपल्याला इकडं-तिकडं फिरू देतो आणि मस्त वळू देतो, विभिन्न कोनांमधून वाकू पण देतो. पण आपण या आश्चर्यकारक, यंत्रासारख्या कृतीला कायम गृहीत धरून चालतो. जेव्हा काहीतरी विशेष घडतं, तेव्हाच त्याच्याकडं लक्ष देतो. आधी आपण ती वाईट बातमी जाणून घेऊ या...

आपल्यापैकी बऱ्याच जणांना कदाचित भविष्यात... उरलेलं सारं आयुष्यही पाठदुखीचा अनुभव घ्यावा लागणार... त्यांपैकी बऱ्याच जणांना ती अतिशय पीडादायक आणि थकवणारी असू शकते. पाठदुखी हे बऱ्याच औद्योगिक राष्ट्रांमधलं अकार्यक्षमतेचं आणि अनुपस्थितीचं महत्त्वाचं कारण आहे. आनंदाची बाब ही आहे की, बहुतांशी लोक बरे होतात आणि मोजक्या काहीजणांसाठी हा विकार जुनाट होऊन बसतो.

या पाठदुखीचं कारण मात्र नेहमीच अनाकलनीय असतं. जेव्हा एखादी चमक निघते, तेव्हा आपण म्हणतो, 'बहुधा मणका...' किंवा 'सायटिका शीर...' किंवा 'हाडाचाच त्रास आहे'; पण वास्तव हे असतं की, नेमकी वेदना कुठून येते हे आपण काही दाखवू शकत

नाही. त्यामुळंच त्याचं निदान आणि त्यानंतरचं व्यवस्थापन या दोन्ही गोष्टी डॉक्टरांसाठी आव्हान बनतात.

गेल्या एकोणीस वर्षांत संधिविकारतज्ज्ञ, अस्थिविकारतज्ज्ञ या नात्यानं मी केलेल्या कामकाजात जवळपास रोजच मी पाठदुखीचे रुग्ण पाहिले आहेत. मी आता हे शिकलोय की, साऱ्याच पाठदुखी एकसारख्या नसतात आणि प्रत्येक माणसाच्या भोवतालचा आणि अनुभवाचा संबंध त्यांच्या वेदनेशी असतोच. काहींच्या बाबतीत, त्यांच्या वेदना म्हणजे अगदी अस्वस्थता असते, ज्याकडे ते दुर्लक्ष करतात आणि इतरांच्या बाबतीत वेदना गंभीर आणि जीवघेण्या असतात. काहींच्या वेदना मुळात त्यांच्या पाठीत नसतातच... त्यांना तसं वाटत असतं. पाठीच्या दुखण्याचे दोन रुग्ण एकसारख्या उपचारानं दुरुस्त करता येत नाहीत, हे माझ्या लक्षात आलं आहे. रुग्णाच्या वेदना कशा-कशा प्रकट होतात आणि कोणत्या प्रकारची उपचारपद्धती त्यांच्यासाठी अगदी योग्य आहे, हे समजून घेणं हीच औषधोपचाराची कला आहे. दुसरी औषधोपचाराची कला म्हणजे औषध केव्हा आणि कसं द्यायचं आणि रुग्णाच्या फायद्याची ठरणारी, त्याची कार्यक्षमता वाढवणारी शस्त्रक्रिया केव्हा करायची, हे ठरवण्याची क्षमता असणं.

या पुस्तकात तुमच्या पाठदुखीविषयीचे अनेक प्रश्न आम्ही हाताळले आहेत. हे पुस्तक तुमच्या ज्ञानात भर टाकेल, नेहमीचे गैरसमज दूर करेल, तुम्हाला कोणकोणत्या शक्यतांना तोंड द्यावं लागेल, हे स्पष्ट करेल आणि तुम्हाला रोगमुक्तीसाठी मदत करेल. बदल घडवणं म्हणजे नवसंजीवनी प्राप्त करणं आहे आणि जेव्हा तुम्हाला तुमची नेमकी शारीरिक अवस्था कळेल आणि तुम्ही योग्य तेवढं सहकार्य डॉक्टरांना कराल, तुम्हाला खरंच आराम मिळेल.

- जोनाथन एम. श्रीर

एम.डी. एफ.ए.सी.पी. एफ.ए.सी.आर.

अनुक्रमाणिका

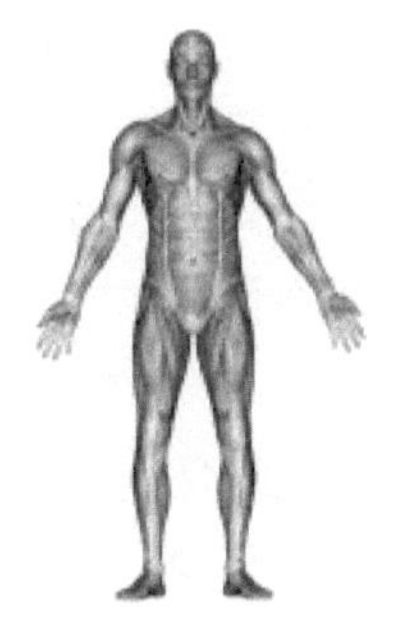

वेदनेचं कारण

कुठलीही गोष्ट कारणाशिवाय होत नाही. माझ्या आईनं हे मला किमान पंधरा हजार वेळा तरी सांगितलं असेल आणि दुःखाची बाब अशी की, तिचं बरोबर होतं.

जेव्हा मी दक्षिण जर्मनीमध्ये कामासाठी गेले, तेव्हा मी मणक्यांमधली चकती (Disc) सरकते, त्यासाठी जर्मन भाषेतील प्रतिशब्द, तो शिकण्याचा नाद सोडून दिला. हैलब्रॉनमधल्या माझ्या महिन्याभरातल्या अध्यापनात माझ्या अत्यल्प मोडक्यातोडक्या जर्मन भाषेतल्या ज्ञानात 'बॅन्दश्श्रैबेनव्होरफॉल' या शब्दाची भर पडली. आणि मीही एक लहानशी चुकीच्या दिशेनं होणारी हालचाल माझ्या मणक्याच्या बुडापासून शरीरभर वेदना कशी पसरवते, हे अनुभवलं. त्या फुगलेल्या मणक्याच्या चकतीनं, ज्यामुळं माझ्या पाठीच्या कण्यावर दाब आला होता, त्यामुळं केवळ वेदनाच होत होत्या असं नाही, तर शरीरात त्याचं आखडणंही जाणवत होतं, वेदना टाळत त्याचा अनुभव घेत होते आणि माझे मणके जसजसे आखडत होते, माझं शरीर त्या वेदना सहन करण्यासाठी आपोआप पिळलं जात होतं.

जर्मन उपचारपद्धतीतील त्या प्रशिक्षणानंतर मला अनेक प्रकारच्या फिजिओथेरपीच्या उपचारपद्धतींना सामोरं जावं लागलं आणि रोजच पोहणं, चालणं आणि देखरेखीखाली अनेक व्यायामप्रकार करावे लागले.

जवळपास वर्षानंतर, मला हा त्रास होत होता, हे जवळपास मी विसरूनच गेले. आणि खरी समस्या होती तीच.

वेदना नाही, तर मेंदू नाही. हे मी वेगळ्या संदर्भात ऐकलं होतं, पण या वेळी, माझ्या विस्मृतीने मला हाच एक विचार करायला लावला की, शरीराकडे लक्ष देणं फारसं महत्त्वाचं नसतं. मग नवीन वर्षाच्या पहिल्याच दिवशी, मी माझ्या घरी एकटीच असताना, साऱ्या मैत्रिणी अद्यापही ख्रिसमसच्या सुट्ट्यांसाठी घरी गेलेल्या असताना, मी सकाळी जागी झाले, तेव्हा मला काही मीटरही चालणं अशक्य झालं होतं. त्या आखडण्यापेक्षाही भय याचं वाटत होतं की, पुन्हा ते वेदनामय दुखणं उपटलं की काय?

त्या दिवशी फारशी महत्त्वाची कामं मी केली नाही. मी आणि माझ्या एका जुन्या विद्यार्थ्यानं जवळच्याच एक पबमध्ये ड्रिंक्स घेण्याचं ठरवलं होतं. पण तो पब कितीही जवळ असला, तरी मला जाणंही अशक्य होतं. मी तो बेत रद्द केला आणि घरीच बसून ड्रिंक्स घेण्याचं ठरलं. सायंकाळी मी सोफ्यावर पडल्या पडल्या यजमानाची भूमिका निभावत होते... म्हणजे ते थोडंफार जमत होतं. दुसऱ्या दिवशी मग एका डॉक्टरांना दाखवण्याचं नक्की झालं, नववर्षाच्या पहिल्या दिवसाच्या सुटीवरून तो आला होता. मला खरंच मदतीची गरज होती?

मला खरंच गरज होती. त्याने मला डॉक्टरांकडून घरी आणल्यावर तो माझ्यासोबत पत्ते खेळण्यासाठी, दुपारचं जेवण, रात्रीचं जेवण करण्यासाठी थांबला.

पुढच्या वर्षी आम्ही लग्न केलं. मी माझे पाठीचे व्यायाम अगदी निष्ठेनं करते, शक्य तेवढं चालते, पोहते. मला पाठीचा त्रास का झाला, हे मला कळलं आणि खरंतर त्याची गरज नव्हती. आता या स्वप्नातल्या राजकुमारासोबत राहण्यासाठी मला तंदुरुस्त आणि निरोगी राहणं गरजेचं आहे. माझी पाठदुखी नियंत्रणात राहू शकते आणि व्यायामानं ती नष्ट होऊ शकते, एवढी मी नशीबवान आहे, म्हणून मी त्याचा फायदा घेते, पण मी त्याची कृतज्ञ आहे. आणि सरतेशेवटी माझ्या आईचंच बरोबर होतं.

– अमेंडा केंडल

दुखणं नेमकं आहे कुठं ?

तुमचं नेमकं दुखतं कुठं ते दाखवा. नीट दाखवा.. कुणी पाहत नाहीये. जर तुम्ही तुमचा पार्श्वभाग दाखवाल, तर तुम्हीच कदाचित आश्चर्यचकित व्हाल. ज्यांना असं वाटतं की आपल्याला हा कंबर दुखण्याचा त्रास आहे, ते बहुतेक रुग्ण सरळ खालच्या पार्श्वभागाकडे बोट दाखवतात, पण प्रत्यक्षात हे दुखणं मुळात पाठीच्या खालच्या भागात असतं. अशा वेदनांना 'संक्रमित वेदना' असं म्हणता येईल. जेव्हा शरीरातील विभिन्न भागांत होणाऱ्या संकेतात्मक संवेदना एकाच मार्गानं मज्जारज्जू आणि मेंदूकडे जातात, तेव्हा अशा प्रकारच्या 'संक्रमित वेदनांच्या' संवेदना निर्माण होतात.

तुमचं नेमकं दुखतं कुठं, हे दाखवताना तुमच्या आता लक्षात येईल, की पाठीचं दुखणं दिसतं तेवढं सोपं नाही आणि अशी शरीराच्या दुसऱ्या भागात असणारी वेदना... म्हणजे पार्श्वभाग किंवा पायात असणारी वेदना... ही कदाचित तुमच्या पाठदुखीची चिन्हं असावीत.

पुढच्या काही प्रकरणांमध्ये तुम्ही विभिन्न प्रकारच्या पाठीच्या दुखण्यांबद्दल बरंच काही शिकाल आणि त्याबद्दल काय काय उपाययोजना करता येऊ शकते, हे पण शिकाल. पण आता तुम्ही तुमच्या दुखण्याचं नेमकं वर्णन कसं करायचं, हे शिकायला हवं आणि ते झालं तरच डॉक्टर तुमच्या दुखण्याचं योग्य निदान आणि बऱ्यापैकी उपाययोजना करू शकेल. इथं तुम्ही स्वत:लाच विचारावेत, असे काही प्रश्न दिले आहेत. ते तुम्ही या प्रकरणाच्या शेवटी दिलेल्या गोषवाऱ्यात लिहू शकाल, म्हणजे तुमच्या डॉक्टरांना तुम्ही ते तपासणीच्या वेळी दाखवू शकाल.

दुखणं नेमकं केव्हा सुरू झालं?

काम करताना तुम्ही जड पेटी उचलली आणि मग त्या क्षणी तुमच्या पाठीत वेदना जाणवली, तर ही माहिती महत्त्वाची आहे. किंवा तुम्ही गोलंदाजी केल्यानंतर केव्हातरी हलकेच दुखणं सुरू झालं

असेल किंवा कुठलंसं काम नव्यानं सुरू केल्यानं किंवा कुठल्यातरी भावनिक प्रसंगातून तुम्ही गेल्यामुळं दुखणं सुरू झालं असेल. दिवसातून केव्हा हे दुखणं खूप त्रास देतं, याकडं लक्ष घ्या. झीज झाल्यानं होणारी वेदना ही दिवस जसा सरकत जाईल तशी वाढतेच. त्याविरुद्ध दाहयुक्त पाठदुखी. सकाळी जास्त असते आणि दिवसभराच्या कामकाजात कमी होत जाते.

नेमकं कुठे दुखतं?

नेमकं कुठं दुखतं, ती जागा दाखवण्याचा प्रयत्न करा. हे पाठीच्या वरच्या भागात आहे की खालच्या? पाठीची कोणती बाजू दुखते? डावी की उजवी? कमरेच्या भागात दुखत असेल, तर नेमकं कुठल्या बाजूला? (मांडीच्या सांध्याच्या भागात दुखत असेल, तर ते दुखणं कमरेच्या जोडातून असतं. जर कमरेच्या बाजूनं दुखत असेल, तर ते सांध्यातील प्रदाहामुळं (Bursitis) असतं आणि पार्श्वभागाच्या बाजूचं दुखणं हे बहुधा पाठीचं असतं.) किंवा कदाचित तुमच्या पायांना त्रास होत असेल. तुमच्या वेदनेची नेमकी जागा दाखवण्यासाठी तुम्ही मानवी शरीराची आकृती वापरून दाखवू शकता. महत्त्वाची बाब, हे दुखणं आहे त्याच जागी राहतं की दुसरीकडे फिरतं, ते पण सांगा.

दुखतं म्हणजे नेमकं कसं?

वेदना वर्णन करण्यासाठी नेमके शब्द वापरा; म्हणजे आग होते, उडते, चमकतं, डंख मारल्याप्रमाणं होतं, पसरत जाते, वेदना येते-जाते, दुखतं, ठसठसतं आणि अलवार होते... कदाचित असं होत नसेलही.

वेदनांचा काय परिणाम होतो?

तुमच्या वेदनांचा तुमच्या दैनंदिनीवर काय परिणाम होतो, ते सांगा. उदाहरणार्थ, तुम्ही टेबलाजवळ कामाला बसता, तेव्हा कदाचित दुखत असेल, जमिनीवर पडलेलं एखादं खेळणं वाकून उचलताना दुखत असेल किंवा दुकानात फडताळात उंचावर ठेवलेल्या धान्याच्या डब्याकडं उंचावताना त्रास होत असेल, तुमच्या मुलाशी खेळताना किंवा तुमच्या

आवडत्या कार्यक्रमात सहभागी असतानाही दुखत असेल. हे दुखणं नेमकं रात्रीच असतं का, याची खात्री करून घ्या आणि त्यामुळं केवळ बधिरता येणं, अशक्तपणा वाटणं किंवा शौचावरचं वा लघवीवरचं नियंत्रण जाणं, असं काही होतं का, ते सांगा कारण ह्या साऱ्या धोक्याच्या खुणा आहेत.

कोणत्या गोष्टीमुळं वेदना कमी होते किंवा वाढते?

कदाचित पलंगावर झोपल्यामुळं किंवा बर्फानं शेकल्यामुळं बरं वाटत असेल किंवा बराच वेळ एकाच अवस्थेत बसून राहिल्यानं असा त्रास होत असेल. चालण्यापेक्षा उभं राहिल्यावर कसं वाटतं किंवा त्यापेक्षा झोपल्यावर कसं वाटतं, हे बघा. त्या प्रत्येकाचा वेदनेवर काय परिणाम होतो, ते सांगा.

किती त्रास होतो?

जर तुम्ही तुमच्या वेदनेची तीव्रता किती हे सांगू शकत असाल, तर डॉक्टरांना त्याचा फायदा होऊ शकतो. तुम्ही 'अजिबात दुखत नाही', 'थोडंसं दुखतं' किंवा 'खूप त्रास होतोय' असं सांगू शकाल किंवा त्याची मापनपट्टी बनवा, त्यात ० ते १० आकडे लिहा. शून्य म्हणजे वेदना नाही, १० म्हणजे प्रचंड वेदना. या साध्या मापनपट्टीचा वापर करून तुम्ही आपल्या वेदनांची तीव्रता दाखवू शकाल, त्यामुळं औषध देणं सोपे जाईल, त्याची परिणामकारकता वाढेल आणि आवश्यकतेनुसार औषधाचं नियोजन करता येईल.

वेदनांची नोंदवही ठेवा

तुम्ही आपलं गोड गुपित त्या फुलाफुलांच्या वहीत लिहून कुलपात वगैरे ठेवा, असं आम्हाला सांगायचं नाही. आम्हाला एवढंच सांगायचं आहे की, वेदनांचा आलेखच तयार करा. केव्हा, कुठं आणि किती प्रमाणात तुमची पाठ दुखते, तुम्ही दिवसभर काय काय कामं करता, तुमची त्या वेळची मनोवस्था काय होती आणि बाकीचं जे काय महत्त्वाचं वाटलं, ते लिहून ठेवा. या नोंदवहीने तुमच्या वेदनेचा संबंध अजून कशाकशाशी आहे, हे कळेल. म्हणजे वेदना सुरू झाली, तेव्हा तुम्ही काही मानसिक तणावाखाली होता का किंवा जेव्हा तुम्ही बराच वेळ काम करीत ताठ बसलेले असता, तेव्हा वेदना तीव्र होते का, वगैरे वगैरे. वैद्यकीय उपचार आणि रोजच्या दैनंदिनीत बदल घडवून आणून काम सुकर करण्याचे काम ही वही करू शकते. तेव्हा चला, सुरुवात करू या... 'प्रिय वेदनांनो...'

माझ्या उपचाराची उद्दिष्टं

माझी पाठदुखी नाहीशी व्हावी, असं वाटण्यामागची कारणं...

- माझ्या आवडत्या खेळात सहभागी होण्याची क्षमता यावी.

- वेदनामुक्त होऊन माझ्या मुलांसोबत खेळता यावं.

- कामाच्या जागी पूर्ण क्षमतेनं काम करता यावं.

- एक चांगला जोडीदार ही भूमिका निभावता यावी.

- चांगली झोप घेता यावी.

- घरात चांगली कामं करता यावी.

- आपण निरोगी आहोत, ही भावना जोपासता यावी.

- इतरांना मदत करण्यासाठी, शेजारच्या लहानांना धान्याच्या पिशव्या उचलायला मदत करता यावी किंवा मित्रांना फिरायला मदत करता यावी.

____

____

____

____

ते कसं वाटतं?

माझ्या वेदनांबाबत जे प्रश्न आहेत, त्यांची उत्तरं मी लिहू शकेन. डॉक्टरांकडं तपासणीला जाताना हे सोबत नेता येईल.

- वेदना केव्हा सुरू झाली?

- वेदना कुठं होते?

- वेदना नेमकी कशी होते?

- वेदनांचा माझ्यावर कसा परिणाम होतो?

- वेदना कशामुळं कमी-जास्त होते?

- वेदना मोजण्याच्या मापनपट्टीवर माझ्या पाठदुखीची नोंद कुठं आहे?
  ० १ २ ३ ४ ५ ६ ७ ८ ९ १०

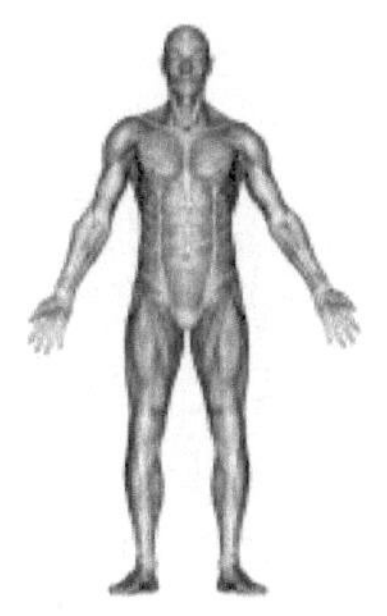

आयुष्याची पुनर्उभारणी

२००२ च्या अखेरी-अखेरीस माझं आयुष्य असंच अत्यंत अस्थिर होतं. माझं वैवाहिक जीवन संपलं होतं, मी माझ्या मित्रमैत्रिणींना आणि कुटुंबीयांना रामराम ठोकला होता आणि साऱ्या स्वप्नांवर लाथ मारून मी पार पलीकडे गेले होते. थोडक्यात सांगायचं झालं, तर मी भयंकर अशा नैराश्यात, वेदनेत सापडले होते.

मणक्यातील चकती घासून होणाऱ्या वेदनांमुळं जाणवणारी सततची पाठदुखी आणि संधिवात यांच्यासह मी प्रौढावस्थेत जगत होते. हाडाला जोड देऊन आणि खिळा वगैरे घालून माझा पाठीचा मणका २००१ मध्ये कसाबसा चांगला झाला होता, पण चारच महिन्यांनी माझं दुखणं पुन्हा उपटलं. आता घरातही मी काठी घेतल्याशिवाय चालू शकत नव्हते आणि दुकानात खरेदीला गेले तर ती विजेवर चालणारी गाडी सामान भरायला लागायची, कारण मी ती हातानं ढकलूच शकत नव्हते ना...! मी वेदना उपचार केंद्रात गेले, तेव्हा त्यांनी कामकाज सुरू ठेवता येईल इतपत औषधं लिहून दिली. वेदना पुन्हा कधी सुरू होईल आणि कधी आपल्याला थांबावं लागेल, हे मलाच कळेना. बऱ्याच वेळा मी अशी आखडलेल्या अवस्थेत घरात असायची, मग कुणीतरी चाकाची खुर्ची आणायला जायचं.

औषधांचा वाढता खर्च आणि उत्पन्नाचं साधन मात्र नाही, अशा

अवस्थेत मी दिवाळखोरी जाहीर केली. माझं आवडतं आणि मला अभिमान वाटणारं घर मी विकलं. तासन् तास मी बागेत कामं करण्यात घालवले होते, बाहेरच्या रिकाम्या जागेकडं बघून इथं काय काय लावता येईल, हे खिडकीतून बघत मी वेळ घालवला होता. हळूहळू असं लक्षात येत होतं की, माझ्या आयुष्यात आनंद देणारं सारं संपलं होतं. मी आता स्टेडियमवर जाऊन बसू शकत नव्हते, ती बँडच्या तालावर तासन् तास चालणारी माझ्या मुलीची कवायत किंवा मुलाचं फुटबॉल खेळणं बघू शकणार नव्हते; कारण तिथल्या कडक बाकांमुळे माझ्या पाठीला त्रास होत होता. 'मला त्याचा अजिबात त्रास होत नाही', असं ढोंग मी करू शकत होते, पण एकांतात असताना मात्र वेदनेने अश्रूंच्या धारा लागत.

जेव्हा मी माझ्या आईबरोबर परतले, ती रात्र माझ्या आयुष्यात सगळ्यात जास्त वेदनादायी होती. त्या दिवशी मी काय काम करीत होते, हे मला आठवत नाही, पण पाठीतून हळूहळू वेदना सुरू झाल्या आणि मी विश्रांतीसाठी अंथरुणावर जाऊन पडले. आपल्याला अजिबात वळता येत नाही आणि रडल्याशिवाय वेदना सहन करीत एका कडेवरून दुसऱ्या कडेवर होता येत नाही, अशा अवस्थेत मी जागी झाले. माझ्या कुटुंबीयांनी ९११ हा तातडीचा क्रमांक फिरवला. दवाखान्यात नेणाऱ्या लोकांनी चादरीवरून उचलून स्ट्रेचरवर टाकलं, तशी मी ओरडलेच.

मला बराच काळ दवाखान्यात ठेवावं लागलं, पुरेसं मॉर्फिन दिल्यावर माझ्या वेदना थांबल्या, मी हालचाल करू लागले. मला सर्जनला, शस्त्रक्रियातज्ज्ञाला भेटण्याचा सल्ला देऊन घरी सोडण्यात आलं.

या प्रकरणानंतर पुन्हा एमआरआयद्वारे तपासणी आणि तो खिळा (रॉड) घालण्याची, हाताला जोड देण्याची दुसरी एक शस्त्रक्रिया करण्यात आली. आता पुन्हा सराव करणं आणि हालचाल करायला शिकणंच माझ्याकडून अपेक्षित होतं. मागच्या शस्त्रक्रियेपेक्षा या शस्त्रक्रियेनंतर मी लवकर दुरुस्त झाले.

माझ्या आयुष्यातला तो सगळ्यात मोठा आव्हानात्मक दिवस आठवतो. मी टेबलाजवळ बसून माझं ते कासवाच्या पाठीचं कडक ब्रासलेट घालून पायांनी वजन उचलण्याचा व्यायाम करीत होते,

दुसऱ्या एका रुग्णाची बायको माझ्याशी बोलायला आली. ती माझ्याजवळ येऊन म्हणाली की, हे ब्रासलेट कशाचं मी ओळखलंय. मग आम्ही मागच्या शस्त्रक्रियेबद्दल चर्चा करू लागलो, दुसरीकडं व्यायाम चालूच होता. मी तिला म्हणाले की, पुन्हा एकवार कामाला लागणं, हे माझं उद्दिष्ट आहे. ती म्हणाली की, ते तुम्हाला शक्य नाही; कारण तिच्या मते तिचा आणि माझा त्रास सारखाच होता आणि ती पुन्हा काम करू शकतच नव्हती. ती गेली आणि माझ्या डोळ्यांतून अश्रूंच्या धारा वाहू लागल्या. नैराश्यानं माझा संताप झाला. मग मी मनाशीच म्हणाले की, 'आपला त्रास जरी सारखाच असला, तरी त्यावरचे उपाय मात्र सारखे नाहीत!' मग मी क्षमता वाढवण्यासाठी माझा व्यायाम जोरानं सुरू केला.

पुढच्या तीन महिन्यांतच मी या साऱ्या वेदनांतून स्वतःला बाहेर काढलं. मी पुढं चालू लागले आणि काठी मागं ठेवू लागले. माझ्या कार्यक्षमतेच्या मर्यादा काय आहेत, हे कळेपर्यंत मी स्वतःला पुढं सरकवू लागले, कठीण परिश्रम करू लागले. मग कुठलीही वेदना न होऊ देता मी मैलभर चालू लागले आणि ते सहनपण होऊ लागलं. माझ्यात एका नव्या स्त्रीचा जन्म झाला, असं मला वाटलं.

त्या वेदनाशामक गोळ्या, तो वॉकर, काठी यांतून पूर्ण स्वातंत्र्य मिळाल्यानंतर जवळपास नऊ महिन्यांनी मी नोकरीसाठी मुलाखत देणं सुरू केलं. मला पुन्हा माझ्या आवडत्या कामाची संधी देण्यासाठी आणि माझ्या वजन न उचलण्याच्या, न वाकण्याच्या, वळण्याच्या, जास्त वेळ उभं न राहण्याच्या वा बसण्याच्या मर्यादा ओळखून माझ्या परीनं काम करू देणारी कंपनी अलौकिकच म्हटली पाहिजे. माझ्या दुसऱ्या मुलाखतीला प्रशिक्षित आरोग्यसेविका म्हणजे नर्स म्हणून माझी निवड झाली, जे काम मी चार वर्षांपूर्वी सोडलं होतं! मला हळुवार, घाई न करता काम करण्याची परवानगी मिळाली. आठवड्याला फक्त काही रुग्ण. मी जेव्हा काम वाढवलं, तेव्हा पुन्हा दुखणं सुरू झालं... मग कंपनीनं माझं काम जरा कमी केलं.

आता दोन वर्षांपासून मी कामं करतेय आणि रुग्णांच्या घरी जाऊन त्यांना हे सांगायला आनंद होतो की, 'कधीच हार मानू नका.

– जेनिस बॉझेन

अचानक उठलेली पाठदुखी...

तुम्ही एखादी जड पेटी उंच उचलून ठेवता, तेव्हा तुमची कंबर अक्षरशः किंचाळतेच, 'नकोऽऽ मी शरण आले आहे...' आणि त्या वेदना तुम्हाला बिछान्याकडं ओढून नेतात. किंवा बर्फावरून तुम्ही घसरून पडता आणि तुमची वेदनामय पाठ तुम्हाला अक्षरशः आसमान दाखवते. किंवा बऱ्याच वेळा कुठलंसं अनामिक कारण तुमची पाठदुखी वाढवत तुमचा छळ करीत राहतं.

ही अचानक उद्भवणारी वेदना त्या क्षणापासून फार फारतर तीन ते सहा महिने टिकते किंवा असं बर्फावरून घसरून मांसपेशींना मार बसून होणारी वेदना काही काळ टिकते. ही अशी वेदना खोलवर जाणवणारी, ठसठसणारी, जड, बधिर करणारी, आग आग करणारी किंवा आखडवणारी असू शकते आणि बऱ्याचदा पाठीच्या ठरावीक भागातच राहते. क्वचित एका किंवा दोन्ही पायांत जाते.

डॉक्टरांकडं घेऊन जाणाऱ्या महत्त्वाच्या पाच कारणांपैकी एक पाठदुखी आहे. अर्थात, असे तुम्ही काही एकटेच नाही, अशी अचानक पाठदुखी उद्भवण्यामागं काही महत्त्वाची कारणं आहेत, उदा. पाठीवर प्रचंड ताण, संधिवात (ज्यामध्ये हाडांच्या जोडांमधील पांढरट, मऊसर कुर्चा झिजून जातो आणि हाडं एकमेकांवर घासली जातात) किंवा चकती सरकणं (दोन मणक्यांच्या मध्ये असलेली गादीसारखी चकती सरकून चेतातंतूंवर ताण येणं.).

अशा अचानक उद्भवणाऱ्या पाठदुखीसाठी वैद्यकीय उपचार करणंच श्रेयस्कर आहे. वेदना जितक्या जास्त दिवस टिकतील, तेवढं दुखणं जुनाट होण्याची संभावना जास्त असते. कदाचित त्यामुळं तुम्हाला अस्वस्थता किंवा नैराश्यही जाणवू शकतं आणि मग तुम्ही वेदना वाढवणं नको, म्हणून व्यायाम थांबवता. त्यातून निष्पन्न एवढंच होतं की, व्यायामाच्या अभावानं छानपैकी वजन वाढतं, लठ्ठपणाशी संबंधित आजार सुरू होतात आणि मांसपेशी वरचेवर क्षीण होत जातात.

सुदैवानं अचानक उद्भवणाऱ्या या तीव्र पाठदुखीची कारणं सहसा साधी असतात. उदाहरणार्थ... मांसपेशींना बसलेला अतिरिक्त तणाव वगैरे. आणि यापासून गंभीर आजार होण्याची लक्षणं क्वचितच दिसतात. पण पाठदुखीपासून पुढील काही त्रास जाणवत असतील, तर ताबडतोब डॉक्टरांना गाठा.

● पाय बधिर होणं किंवा एखादा पाय हलवायला त्रास होणं हे सारे संकेत चेतातंतूंना इजा पोहचल्याचे असतात. त्यामुळं कदाचित मज्जारज्जू किंवा पायांकडे जाणाऱ्या चेतातंतूंना इजा पोहचली असण्याची शक्यता असते.

● तुम्ही गर्भवती आहात. बऱ्याच स्त्रियांना या काळात नेहमीच्या पाठदुखीपेक्षा वेगळ्याच ठिकाणी कंबरेत वेदना जाणवते. म्हणजे विशेषत: जेव्हा प्रसववेदना सुरू होतात आणि मूल डोकं खाली असलेल्या नैसर्गिक अवस्थेत नाही, तर डोकं वर असलेल्या अवस्थेत खाली सरकतं, तेव्हा प्रचंड कंबरदुखी जाणवते. याला 'पार्श्व प्रसववेदना' म्हणतात.

● जेव्हा तुम्ही एकाच अवस्थेत पडून असता, तेव्हा वेदना असह्य होतात. कॅन्सरसारख्या आजारात अशा पडून पडून वेदना होतात.

● तुम्हाला ताप आहे, गळून गेल्यासारखं झालंय आणि प्रचंड डोकेदुखी आहे. हा एखाद्या जंतूचा संसर्ग होऊन होणारा आजार असू शकतो, विशेषत: मेंदूचा प्रदाह, मणक्यातील चकतीला किंवा हाडांना संसर्ग झालेला असू शकतो.

● तुमच्या वयाची साठी उलटली आहे. वयस्कर रुग्णात लगेचच जंतूचा संसर्ग होतो, चेतातंतू क्षीण होतात, कॅन्सर म्हणजे कर्करोगाची बाधा होते वा अस्थी ठिसूळ झाल्यानं त्या तुटतात वा एकमेकांत घुसतात.

● तुमच्या छातीत आणि डाव्या हातात वेदना जाणवत असतील, हे सहसा हृदयविकाराचं चिन्ह मानलं जातं, त्यामुळं तुमचे डॉक्टर सहसा हृदयविकाराचं निदान करतात. पण बऱ्याचदा न्युमोनिया, पल्मोनरी इम्बॉलिझम किंवा अतिरिक्त मांसपेशींचा ताणही असू शकतो.

- मूत्राशय वा गुद्द्वारावरील नियंत्रणाचा अभाव. या लक्षणामुळे मूत्राशय आणि गुद्द्वारावर नियंत्रण ठेवणाऱ्या मज्जातंतूंचा ऱ्हास झाल्याचं लक्षात येतं आणि त्यावर तातडीनं उपचार करणं गरजेचं असतं.

- बऱ्याच वर्षांपासून तुम्ही स्टेरॉईड्स घेत आहात. स्टेरॉईड्समुळं हाडं अतिशय कमजोर आणि ठिसूळ बनतात, त्यामुळं मणक्यांचं सरकणं वा एकमेकांत घुसणं, असे आजार होऊ शकतात.

अशा प्रकारची कुठली चिन्हं असली किंवा नसली, तरी पाठदुखीसाठी डॉक्टरांना गाठणं गरजेचं आहे. शेवटी ही पाठदुखी म्हणजे गंमत नाही बरं का..! तुमचे डॉक्टर तुम्हाला एखाद्या फिजिओथेरपीस्टकडे व्यायामासाठी किंवा किरोप्रॅक्टर उपचारपद्धतीसाठी पाठवू शकतात किंवा औषधं लिहून देऊ शकतात किंवा एमआरआय वा सीटी स्कॅन करण्यासाठी आणि पाठदुखीचं अचूक निदान व्हावं, यासाठी काही तपासण्या करू शकतात. मणक्यातील चकती सरकून पाठ दुखणं, हे तीव्र पाठदुखीचं पाच टक्के कारण आहे आणि योग्य वेळ, व्यायाम आणि औषधाला हे दुखणं व्यवस्थित प्रतिसाद देतं. अगदी मोजक्या रुग्णांना शस्त्रक्रियेचा आधार घ्यावा लागतो.

पाठीचं दुखणं घालवण्यासाठी स्वत:च्या मनानं कुठलाच व्यायाम करू नका. डॉक्टर सल्ला देतील तेवढाच व्यायाम करा आणि तुम्ही घरी कोणकोणते उपचार करू शकता, हे जरा काळजीपूर्वक वाचा.

- ॲस्पिरिन किंवा आयब्युप्रोफेनसारखी दाह कमी करणारी औषधं (NSAID- Non steroidal antiinflam matory drug) घेऊ शकता. त्यामुळं वेदना एकदमच कमी होणार नाही, पण पाठीतली आग जरा कमी होईल. औषधांच्या वेष्टनावर दिलेल्या सूचना काळजीपूर्वक वाचा. अशी NSAID ची औषधं घेण्यापूर्वी डॉक्टरांना हे सांगा, कारण कदाचित तुम्हाला रक्त पातळ ठेवणारी औषधं चालू असू शकतात किंवा दम्याचा विकार किंवा इतर एखादा आजार जो या औषधांनी वाढू शकतो. जर पोटात अस्वस्थ वाटत असेल, पाय सुजत असतील, लालसर पुरळ येत असतील, रक्तदाब

वाढत असेल किंवा छाती दुखत असेल, तर ताबडतोब उपचार बंद करा.

- दुखऱ्या भागावर अर्धा तास थंड पाण्याची पट्टी ठेवा, दुखापत झाल्यावर पुढचे ४८ तास दर दोन तासांनी असं करा. खांदा आखडला असेल तर मात्र शेका, दर दोन तासाला २० ते ३० मिनिटं शेकायला हरकत नाही. जास्त तापमानामुळं तुमच्या त्वचेला काही त्रास तर होत नाही ना, हे पहा.

- हलकासा मसाज घेत चला. जर काही त्रास होत असेल, तर लगेच थांबवा.

- हात-पाय ताणा. गुडघे जवळ घेऊन पाठीवर झोपा. प्रथम एक गुडघा हाताची मिठी घालून छातीजवळ ओढा. जरासा ताण पडू द्या. मग हळुवार सोडा. असं दुसऱ्या पायाला करा.

- पाठीवर झोपताना गुडघ्याखाली उशी घेऊन झोपा. त्यामुळं सायटिका तंतूवरचा ताण कमी होतो. (सायटिका हा चेतातंतू पायाच्या मागच्या बाजूनं जातो.)

पाठीचं दुखणं सरत्या काळाप्रमाणं काही आठवड्यांत ९५ टक्के कमी होतं. जर पुढं त्रास चालूच राहिला, तर डॉक्टरांना भेटाच.

तुम्हालाच आधार द्या

कुठलंही वजनदार सामान चुकीच्या पद्धतीनं उचलून वर ठेवल्यानं तुमच्या पाठीला त्रास होऊ शकतो. अगदीच कमरेत वाकण्यापेक्षा उकिडवे बसा, म्हणजे उठताना तुमचे पाय वजन उचलतील. वजन जास्तीत जास्त आपल्या शरीराच्या जवळ ठेवा, म्हणजे त्या वजनानं तुमचे धड पुढं ओढले जाणार नाही, आणि तुम्ही मागेच झुकलेले राहाल.

पाठदुखीच्या दंतकथा

दंतकथा क्र.१ - तुमची पाठदुखी पूर्णपणे बरी होईपर्यंत तुम्ही आराम घेऊ शकता.

अभ्यासाअंती असं सिद्ध झालं आहे की, जे लोक कमीत कमी आराम घेतात आणि सतत कार्यमग्न राहतात, अशांची पाठदुखी अंथरुणात नुसते पडून राहाणाऱ्यांपेक्षा लवकर बरी होते. २४ किंवा ४८ तासांपेक्षा जास्त आराम घेऊ नका.

दंतकथा क्र.२ - जेव्हा तुमच्या पाठीला त्रास होतो, तेव्हा फरशीवर वा कडक गादीवर झोपा.

तुमच्या दुखऱ्या पाठीला फरशी कुठलाही आधार देऊन मदत करू शकत नाही. तुम्हाला जेव्हा हलावंसं वाटतं, तेव्हा पण ती मदत करीत नाही. जर खाली झोपायचं असेल तर चांगली मऊ गादी निवडा. कुठलाही खरा तज्ज्ञ पाठीच्या आरोग्यासाठी कडक गादी वापरण्याचा सल्ला देणार नाही.

मला जर पाठदुखीचा त्रास अचानक उद्भवला, तर मी या मार्गानं जाईन.

- ॲस्पिरिन किंवा आयब्युप्रोफेनसारखा स्टेरॉईडविरहित प्रदाह वेदनाशामक औषध (NSAID) घेईन.

- बर्फानं शेकेन.

- गरम पाण्यानं स्नान किंवा गरम पाण्याचा शेक.

- हळुवार मसाज.

- योग्य तणाव.

- कशाचाच उपयोग झाला नाही, तर डॉक्टरांकडे तपासणीस जाईन.

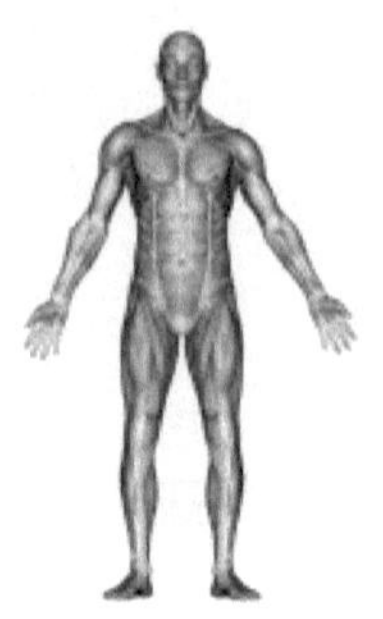

धूम्रपानातून सुटका, वेदनेतून सुटका

माझ्या पाठीच्या दुखण्यानंच बहुधा मला वाचवलं असावं. माझ्या आयुष्यातील एका वाईट वर्षात या गोष्टीला प्रारंभ झाला. माझे वडील हृदयविकारानं वारले, माझीही नोकरी गेली आणि माझ्या नवऱ्याला नवं पद मिळाल्यामुळे आम्हाला घरापासून हजारो मैल दूर जावे लागले.

या बदलातील गोंधळामुळं माझं माझ्या प्रकृतीकडं दुर्लक्ष झालं आणि मी पुन्हा धूम्रपान सुरू केलं. फार वर्षांपूर्वी, महाविद्यालयात होणाऱ्या दर आठवड्याच्या घटक चाचण्यांसाठी अभ्यास करताना जागं राहण्यासाठी मदत म्हणून मी धूम्रपान सुरू केलं. बऱ्याच वेळा सिगारेट्स फुंकणं थांबवलं; पण आपल्याला व्यसन लागलं, असं मला कधी वाटलं नाही.

आता अद्यापही मी बराच काळ सिगारेटचं पाकीट न फोडता आरामशीर राहत होते. बरेच दिवस अर्ध पाकीट जात होतं. सुटीच्या दिवशी दोन पाकिटं पण लागायची. बरेच दिवस हे धूम्रपान बंद होतं, पण आताशा मी पूर्वीपेक्षा जास्त सिगारेट फुंकत होते.

हिवाळा चालू होता. माझ्या नवऱ्याला धुराचा अतिशय तिरस्कार, त्यामुळं तो मला घरात सिगारेट फुंकू द्यायचा नाही, त्यामुळं मी लाकडी सज्जात उभी राहून बाहेरच्या थंड वाऱ्यात धूर सोडायची.

अशाच एका रात्री, हातात सिगारेट घेऊन मी सज्जात पाय टाकला

आणि हूऽऽप! बर्फानं झाकलेल्या त्या पायरीवरून माझा पाय सरळ पुढे घसरत अक्षरश: हवेत गेला. मी धाडकन खाली पडले, माझ्या कमरेच्या खाली पायरीचा जोरात दणका बसला.

माझा नवरा पळतच आला. त्यानं मला उठायला मदत केली; पण मी लगेच माझी सिगारेट पेटवत आहे, हे पाहून त्यानं तिरस्कारानं, घृणेनं मान हलवली, अचानक पडल्यानं मी अद्यापही थरथरत होते. माझं बूड चांगलंच शेकून निघालं होतं, पण माझी धूम्रपानाची तल्लफ मोठी होती.

त्या मुक्या मारानं माझा पार्श्वभाग चांगलाच सुजून आला. अनेक आठवड्यांनंतर सूज उतरली, तरी वेदना कायमच होत्या. त्यानंतर मला नवी नोकरी लागली, पण माझी पाठ इतकी ठसठसायची की, त्या मऊ गादीच्या खुर्चीवर बसणं मला अवघड जात होतं. जेव्हा माझा नवरा बाहेर जेवायला जायचं म्हणायचा, त्याचा एखादा करार पूर्ण झाल्याच्या आनंदाप्रीत्यर्थ एखाद्या हॉटेलात जेवण ठेवायचा, तेव्हा मी सरळ क्षमा मागायची. हॉटेलात असं तासन् तास बसणं मला जमायचं नाही.

मग मी एका डॉक्टरांकडं गेले, मग दुसऱ्या, मग आणखी एका. पण त्यांच्यापैकी नेमकं कुणालाच काही ठरवता आलं नाही. मग मी व्यायामाचे उपचार, ॲक्युपंक्चर, मसाज, वेदनाशामक गोळ्या आणि ज्यामुळं मला बरं वाटेल असं सारं करून पाहिलं. मग सरतेशेवटी एके दिवशी एक डॉक्टर म्हणाला, 'हे काय आहे, मला कळलंय. तुझ्या हाडांना जोडणाऱ्या स्नायूपेशींना इजा झालीय.'

मग त्यानं नवी उपचारपद्धती सुरू केली आणि मला बजावलं की, जर याचा उपयोग झाला नाही, तर शस्त्रक्रिया करावी लागेल. इतर डॉक्टरांनी जे विचारलं नव्हतं, ते त्यानं विचारलं, "धूम्रपान करतेस का?"

"कधी कधी..." मी म्हणाले. याचा त्याच्याशी काय संबंध, मला कळेना. मी चारचौघांत कधी सिगारेट ओढत नव्हते, पर्समध्ये पाकीट ठेवत नव्हते. माझ्यापुरतं बोलायचं झालं तर सिगारेट ओढणं, ही माझ्यासाठी सज्जात उभं राहून करण्याची खासगी बाब होती. तो कशासाठी विचारतोय, मला कळेना.

"मग बंद करून टाक", तो म्हणाला.

''मी प्रयत्न केलाय...'' मी म्हणाले. ''हे बघा, मी काही खूप सिगारेट ओढत नाही, दिवसात एखाद दुसरी...''

त्यानं माझ्याकडे रोखून पाहिलं.

''ठीक आहे, कधी कधी सुटीच्या दिवशी जरा जास्त होतात; पण त्याचं काय एवढं?''

त्यानं उसासा सोडला आणि माझ्या समोरच्या खुर्चीत बसला. ''मी काय सांगतोय, ते ऐक. मी गेली तीस वर्षं लोकांवर पाठीच्या शस्त्रक्रिया करतोय. नेहमीच यशस्वी होतात. पण कधी कधी नाही होत... त्यामुळं गेल्या काही वर्षांत मी असं अपयश येण्याचं कारण काय, याचं बारीक निरीक्षण केलंय.''

ओह नो...! हा प्रवचन देणार... मी तपासण्याच्या टेबलावरच कंटाळवाणा आळस झटकण्यासाठी आळोखेपिळोखे देत विचार केला.

''काय सापडलं असेल बरं?'' त्यानं विचारलं. ''त्यांपैकी प्रत्येकजण सिगारेट ओढत होता. त्यामुळे मी आता अशा रुग्णांना सांगतो, तुम्ही जर सिगारेट सोडत नसाल, तर मला तुमची समस्या निश्चित करणं जड जाणार. कारण ज्या वेळी तुम्ही सिगारेट घेता, तेव्हा तुम्ही माझ्या विरुद्धच काम करता...''

मी आश्चर्यचकित झाले. धूम्रपानानं भयंकर आजार उद्भवतात, हे मला माहीत होतं. पण धूम्रपानाचा माझ्या पाठीच्या दुखण्याशी काय संबंध, हे मी त्याला विचारलं.

''आपल्याला हे माहीतच आहे की, धूम्रपानामुळे आपल्या श्वसनात आणि पर्यायाने रक्ताभिसरणावरही परिणाम होतोच,'' त्यांनी समजावत सांगितले. ''कदाचित असंही होऊ शकतं की, जेव्हा तुम्ही धूम्रपान करता, तेव्हा तुमच्या मांसपेशींना आणि त्या अस्थींना जोडणाऱ्या स्नायूपेशींना दुरुस्त होण्यासाठी आवश्यक तेवढा रक्ताचा प्रवाह मिळत नाही. त्यामुळे शुद्ध प्राणवायूचा पुरवठा त्यांना होत नाही. कुणास ठाऊक, असं होऊ शकतं. म्हणजे मला इथं जे कारण आढळलं, ते मी तुम्हाला सांगितलं.''

या नव्या माहितीवर मी बराच विचार केला. जर या धूम्रपानानं शस्त्रक्रियेतून दुरुस्त व्हायला अडथळा येतो, तर मग मला असा कोणता फायदा मिळणार आहे?

''चल, यावर विचार करशील, याचं मला वचन दे,'' तो म्हणाला. मी मुकाट्यानं मान हालवली.

त्या रात्री मी सिगारेट ओढण्यासाठी सज्जात गेले, तेव्हा मला त्याचा आनंद मिळाला नाही. धूर जसजसा वर सरकत होता, मी त्याचा संबंध माझ्या दाहक वेदनेशी, साऱ्या दु:खाशी आणि दुखण्यामुळं आलेल्या नैराश्याशी लावू लागले.

त्या आठवड्यात मी शेवटची सिगारेट ओढली. त्या नव्या उपचारपद्धतीचा काही आठवड्यांतच फायदा झाला, मग मी आणि माझ्या नवऱ्यानं हॉटेलमध्ये पार्टी करून हा दिवस साजरा केला, मी तिथं बराच वेळ बसले.

इतक्या वर्षांनंतर सांगते, माझं पाठीचं दुखणं गेलंच. ज्या डॉक्टरानं मला पूर्वीपेक्षा निरोगी आयुष्य दिलं आणि धूम्रपानाच्या विषारी प्रभावापासून वाचवलं, त्याचे खूप खूप आभार...!

— लिझ क्लर्क

डॉक्टर, माझी पाठ नेहमीच दुखते...

(अर्थात - पाठदुखीचा जुनाट विकार)

तीन महिन्यांपासून तुमची पाठ सततच त्रास देतेय आणि दुखणं तुम्हाला अगदी सोडतच नाही. पाठदुखीचा जुनाट विकार असणाऱ्या लोकांमध्ये साधारणपणे पुढील कारणं असू शकतात

- धूम्रपान.
- पाठीला लागलेला मार किंवा अचानकच उद्भवलेलं पाठीचं दुखणं.
- व्यायामाचा संपूर्ण अभाव.
- आत्यंतिक उंची.
- वाढलेलं वजन.
- सतत जड वजन उचलण्याचं काम.
- सतत बसणारे शारीरिक धक्के - गाड्यांवर सतत फिरणं, विशेषत: ट्रॅक्टर किंवा औद्योगिक यंत्रे.
- शारीरिक क्षमता कमी असणं.
- अतिशय उंच, वजन वाढलेली, धूम्रपान करणारी आणि अति खेळणारी माणसं.

ही यादी अशी बरीच लांबवता येईल. असं जुनाट पाठदुखीचं दुखणं हे हाडं ठिसूळ झाल्यानं, फायब्रो मायल्जिया या आजारानं, कारच्या अपघातानं किंवा इतर काही त्रास उद्भवून हाडं, मांसपेशी आणि मणक्यातील चकतीवर परिणाम होऊन निर्माण होतं. वेदनांचेही विविध प्रकार असतात. मुंग्या आल्यासारखं वाटणं किंवा काहीतरी घुसल्यासारखं, भोसकल्यासारखं वाटणं, कधी तीव्र तर कधी कमीही असतं. असे अनेक प्रकार असल्यानं वेदनेचं मूळ कारण शोधणं अवघड जातं.

बऱ्याच वेळा या वेदनेचं कारण असणारी जखम केव्हाच दुरुस्त होते, पण तरीही तुम्हाला वेदना जाणवतेच. (कशाचातरी स्पर्श झाल्यावरच

फक्त वेदना जाणवणं, एरवी काहीही त्रास न होणं, यालाच 'स्पर्श असहनीयता' (Allodynia) असं म्हणतात.

आता तुमच्या लक्षात आलं असेल की, जुनाट पाठदुखी दुरुस्त करणं, किती अवघड आहे. पण निराश होऊ नका, डॉक्टरांकडं तपासणीसाठी जाताना तुमच्याकडून काय अपेक्षा आहेत, हे लक्षात घ्या आणि या पाठीच्या दुखण्यातून तुमची सुटका होईल किंवा त्यापासून सुरक्षित राहता येईल, म्हणून काय काय करता येईल, ते पाहा.

पाठदुखीची पाळंमुळं शोधणं गरजेचं...

तुमच्या वेदनांचं नेमकं मूळ काय, हे डॉक्टरांना कळलंच पाहिजे. त्यामुळं होतं काय की, तुमच्या पाठदुखीची सारी पार्श्वभूमी डॉक्टरांच्या लक्षात येऊन ते तुमची तपासणी व्यवस्थित करू शकतात. तुमच्या हाडांची क्ष-किरण तपासणी (x-ray), हाडांचा स्कॅन, सीटी स्कॅन किंवा वेदनांच्या आधारे एमआरआय सारखी तपासणी पण करता येते. जर या तपासण्यांमध्ये काहीच आढळलं नाही, तर तुमचं दुखणं मानसिक असण्याची शंका येऊ शकते. पण याचा अर्थ असा नाही की, दुखणं केवळ मानसिक कल्पना आहे, तणाव किंवा नैराश्यांसारखे काही त्रास पाठदुखी निर्माण करतात, असा याचा अर्थ आहे.

थोडासा आराम...

दुर्दैवाने पाठदुखीच्या मुळाशी असणारं कारण शोधणं अत्यंत अवघड आहे. पण आनंदाची बाब ही आहे की, अनेक वेदनांना काबूत ठेवण्यासाठी आणि अगदी सहज, आरामदायी, काम करण्यायोग्य नियंत्रण ठेवता येण्याजोग्या विविध उपचारपद्धती आहेत.

● **डॉक्टरांच्या चिठ्ठीनं मिळणारी औषधं -**
तुमच्या एकंदर अवस्थेत योग्य तपासणी करून डॉक्टर तुम्हाला मांसपेशींना आराम देणारी औषधं... ज्याला स्टेरॉईडविरहित औषधं (NSAID) म्हणतात, ती लिहून देऊ शकतात. किंवा तुम्ही ती दुकानातून खरेदी करू शकता.

- **इंजेक्शन्स -**

इंजेक्शननं कसलीही वेदना शमते. डॉक्टर तुम्हाला वेदनाशामक किंवा स्टेरॉईडचं किंवा दोन्हीही इंजेक्शन्स देऊ शकतात, त्यामुळं तुमचं पाठीचं दुखणं जरा थांबू शकतं. स्टेरॉईडमुळं मांसपेशी आणि इतर पेशींची आग कमी होते. या प्रदाहामुळं सूज येते, चेतातंतू विचलित होतात आणि आकुंचन पावतात.

- **इतर पर्यायी उपचारपद्धती**

ॲक्युपंक्चर (पुन्हा सुया...), मसाज, हिप्नोथेरपी म्हणजे संमोहन आणि मेडिटेशन म्हणजे ध्यान या उपचारपद्धतीपण जुनाट पाठदुखी नियंत्रणात ठेवतात.

- **इतर भौतिक उपचार किंवा किरोप्रॅक्टिक**

तुमचे डॉक्टर फिजिओथेरपीसारखे व्यायाम प्रकार किंवा किरोप्रॅक्टिकसारखे उपचार सुचवू शकतात. (या साऱ्या उपचारपद्धतीबद्दल पुढे विस्तृत दिलं आहे.)

- **व्यायाम**

जर शरीराची योग्य पद्धतीनं हालचाल केली, तर चांगल्या मजबूत आणि लवचीक पाठीमुळे तुम्हाला त्रासही कमी होऊ शकतो. पाठीचे स्नायू मजबूत करणाऱ्या व्यायामामध्ये भरपूर प्राणवायू मिळेल असा व्यायाम म्हणजे चालणं, नाच करणं, हातापायांना ताण देणं आणि क्षमता वाढवणारे – जे विशेषत: पोट, पाठ आणि पायांच्या स्नायूंचा विकास करतात, –असे व्यायाम करणं हितावह असतं. कुठलाही नवीन व्यायाम करण्यापूर्वी डॉक्टरांशी चर्चा करा; कारण कदाचित त्याचा त्रास होऊ शकतो.

- **उपचार**

पाठदुखी तुमच्या आयुष्यावर परिणाम करू शकते. तुमच्या मन:स्थितीवर, तसेच तुम्ही कुटुंबातील इतरांशी कसे वागता, यावरही त्याचा परिणाम होतो. तुमच्या इतर कामकाजावरही त्याचा परिणाम दिसून येतो. एक चांगला उपचारतज्ज्ञ, एक मानसशास्त्रज्ञ किंवा मनोविकारतज्ज्ञ तुमच्या नकारात्मक भावनांवर

चांगला उपचार करू शकतो. (या नकारात्मक भावनेनंही वेदनांचा त्रास जास्त होतो.)

● **मोडायच्या सवयी**

धूम्रपानाची सवय ही तुमच्या आरोग्याला ग्रहण लावणारी सगळ्यांत वाईट सवय आहे. त्यामुळं मणक्यातील चकतीचा ऱ्हास होणं, अस्थी ठिसूळ होणं आणि संधिवातासारखे विकार होऊ शकतात. त्यामुळं वेदना सहन करण्याची क्षमता कमी होऊन त्रास होऊ शकतो. अशा सवयी मोडण्यासाठी डॉक्टरांचा सल्ला घ्या, कदाचित अशा धूम्रपानाविरोधी संघटना, इतर मदत, माहिती किंवा कुठल्याशा औषधानं सवयी मोडू शकतात.

● **शस्त्रक्रिया**

विश्वास असो वा नसो, पण अशा पाठीच्या दुखण्यातून सुटका होण्यासाठीचा एक उपाय म्हणजे पाठीच्या कण्यात धातूची चकती टाकणं. अगदी कोणालाही हेवा वाटावा, असा आराम पडतो. अर्थात शस्त्रक्रिया हा इतक्या सहजतेनं हाताळावा, असा विषय नाही आणि फारच मोजक्या लोकांना यात यश मिळतं.

जुनाट पाठदुखी करा
आणि करू नका

धूम्रपान या क्षणी बंद करा.

अजिबात वाकू नका, विशेषत: बराच वेळ बसल्यावर तर अजिबात वाकू नका. पाठीला उशीचा आधार देऊन किंवा पायाखाली काही आधार दिल्यास सरळ बसता येईल. तेव्हा या छळणाऱ्या पाठीला आधार द्या आणि तणावरहित बसा.

वजन जास्तीत जास्त कमी करा आणि नियंत्रणात ठेवा.

पाठीला ताण बसेल, असा व्यायाम अजिबात करू नका. म्हणजे पाय ताणून उठाबशा काढणे किंवा पाठीवर झोपून पाय उचलणं वगैरे तणाव देणारे व्यायामप्रकार टाळा.

माझी आरोग्याविषयीची सारी माहिती इथं दिली आहे. ती वाचून माझ्या डॉक्टरांना माझ्याविषयी माहिती मिळेल आणि माझ्या पाठदुखीवर सहज उपचार करता येईल.

माझ्या पाठीला पूर्वी बसलेला मार —————————

माझ्या पाठीवर केलेली शस्त्रक्रिया —————————

इतर कुठले आजार —————————

पाठीच्या दुखण्याची माझी कौटुंबिक पार्श्वभूमी —

मला सध्या चालू असलेली औषधं —————————

अस्वस्थता आणि नैराश्याचा मला झालेला त्रास—

माझ्या आयुष्यातील तणाव—————————

माझं कामकाजाचं स्वरूप (जास्त वेळाची बैठक वा वजन उचलणं) -

माझे छंद (खेळ आणि इतर)

____

____

माझे व्यायाम

____

____

तंबाखू, मद्य किंवा इतर व्यसनं

____

____

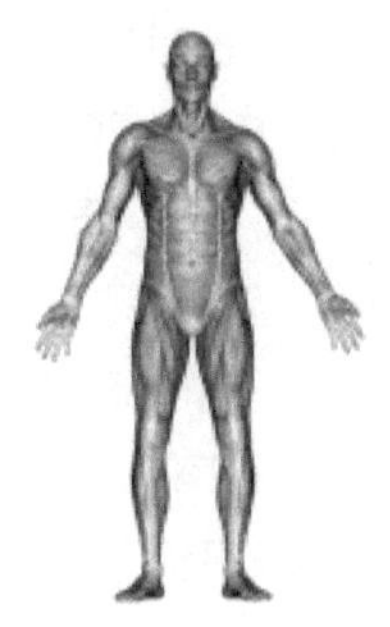

आरामाचा गुलाम

वेदना तशी चांगलीच परिचयाची होती. ती उजव्या बाजूला कमरेत सुरू झाली आणि मग तिनं माझं आयुष्यच हळूहळू ताब्यात घेतलं. ते माहीत होण्यापूर्वी बसणं म्हणजे छळवाद वाटायचा. कार चालवणं म्हणजे नरकयातनाच...!

पण मला वाटतं, मी नशीबवान आहे. नशीबवान? होय. माझ्या या पाठदुखीनं दोन बाळंतपणं सहन केली आहेत, त्याही नैसर्गिक प्रसूती... म्हणजे कसली वेदना, आलं लक्षात? आणि सरकलेल्या मणक्यातील चकतीशी सततचा वीस वर्षांचा लढा चालूच आहे. साऱ्या कडूगोड आठवणी एकत्र आहेत.

मी वीस-बाविशीची होते, तेव्हा त्रास झाला. लग्न होऊन काही वर्षं झाली होती. हे सारं इंटरनेटचं आगमन होण्यापूर्वीचं आहे, पण माझं प्रचंड वाचन चालू होतं, पाठ दुखतच होती. त्या वेळी मी डॉक्टरांकडे गेले, निदान काय असणार, हे मला माहीत होतं. इतक्या वर्षांत माझ्या आईने माझ्या डोक्यात 'सरळ बसणं फार महत्त्वाचं असतं' हे वाक्य ठासून बसवलं होतं, ते खरंच होतं. (आई, आता तू म्हणू शकतेस, मी तुला तेव्हाच सांगितलं होतं.)

त्या वेळी पाठीच्या दुखण्याचे उपचार वेगळ्याच पद्धतीनं केले जायचे. पहिल्याच डॉक्टरांनी मला सांगितलं, 'शस्त्रक्रिया हाच उपाय'

आणि मी तातडीनं... उसण भरलेली व्यक्ती जेवढ्या वेगानं जाऊ शकते, तेवढ्या वेगानं मी दुसरा डॉक्टर शोधला. त्यानं दहा आठवडे पडून राहण्याचा (चक्क दहा आठवडे) सल्ला दिला. शिवाय काही व्यायामासारखे उपचार, पण वेदनाशामक औषधं वगैरे काही नाही. आऊच...!

हा प्रसंग आठवला की, आणखी स्मृती जाग्या होतात. माझ्या नवऱ्यानं दिवसभर त्याचं काम सांभाळत पुन्हा मला आठवड्यातून तीन वेळा त्या व्यायामासाठी नेलं. सोमवार, बुधवार आणि शुक्रवार त्याचा कार्यक्रमच असायचा. मला शहरात डॉक्टरांकडं न्यायचं, मग वाट पाहायची. तो डॉक्टर मला किती त्रास आहे, हे विचारायचा. मग मी मापनपट्टीवरचा – म्हणजे ० ते १० – आकडा सांगायची, १० सगळ्यात वाईट. मी दात खात 'दहा' म्हटले की शांतपणं ऐकायचा. आणि मला वजन लावून झोपवलं की, वाट पाहत बसायचा. मला वाटतं, त्याला या साऱ्याचा विकृत आनंद मिळत असावा.

नवऱ्याचं काम पुढं चालूच असायचं. मला घरी नेऊन सोडायचं. पुन्हा घरून शहरात कामाला यायचं. त्यात भरीत भर म्हणजे रोज दोन तास गाडी चालवणं. पण आश्चर्य हे की, त्याच्या पाठीने कधी त्रास दिला नाही.

किंवा त्याची हे सारं करण्याची सहनशीलता कौतुक करण्याजोगी होती. अगदीच अपरिहार्य असेल तरच मला अंथरुणातून उठायला परवानगी होती. अंथरुणावर पडूनपडून मला आपण त्या सुमो पैलवानांसारखं फुगणार, अशी भीती वाटायची. त्यामुळं मी जेवणाच्या बाबतीत काटेकोर होते. अर्थात स्वयंपाक नवराच करायचा. आणि माझ्यासाठी काय काय करायचा माहीत आहे? नाश्त्याला अर्धं फळ. दुपारच्या जेवणाला सॅलड्स आणि रात्री अगदी समतोल आहार... च्याऊ म्याऊ म्हणून खायला नाही, मिठाई अजिबात नाही.

माझ्या उपचारपद्धतीत पुढं मला पोहायला जाण्याची परवानगी मिळाली. पोहणं वजनरहित असतं, पाठीला ताण बसत नाही. पण तुम्हाला पोहण्यासाठी सोबत घेऊन जाणाऱ्या सहचराला किती ताण असतो, हे कुणी सांगत नाही.

अनेक आठवडे फळं आणि सॅलड्स खाल्ल्यानं असेल; मला हे मान्य करावंच लागेल की, त्या स्विमिंग सूटमध्ये मी काही फार बेढब

दिसले नाही. अर्थात तुम्हाला सांगायचंच झालं तर मी माझ्या म्हाताऱ्या रुथीमावशीसारखी दिसत होते.

पोहण्याच्या तलावावर पोहचले, तेव्हा मला स्वर्गात गेल्यासारखं वाटलं. माझ्या वेदना आणि काळजी वाहून गेल्या. आणि त्यासोबतच माझं लग्नाचं बंधनही गेलं.

तुमच्या लक्षात आलं का? मी या अग्निदिव्याच्या काळात वजन चांगलंच गमावलं होतं. त्यामुळं झालं काय की, माझी लग्नाची अंगठी बोटात सैल झाली होती. हे जर मी पाण्यात सूर मारायच्या आधी माझ्या लक्षात आलं असतं, तर बरं झालं असतं. मी पुलाच्या कठड्याला ओठंगून अंगठी कुठं चमकते का पाहत होते, ती बिचारी पाणी बाहेर काढणाऱ्या नळीच्या अगदी तोंडाशी हतबल होऊन पडलेली दिसत होती.

माझ्या या पूर्ण उपचाराच्या काळात मी एकदाही रडले नाही किंवा स्वत:ची कीव केली नाही. मी फक्त त्याच्याशी संघर्ष केला. पण साऱ्या भावना मी साठवून ठेवल्या होत्या. त्या एकदम वाहू लागल्या. मी इतकी हुंदके देऊन रडले की, मला वाटतं, पोहण्याच्या तलावातलं क्लोरीनचं पाणी पण खारट झालं असेल.

माझा सुटाबुटातला नवरा हा सारा प्रकार बघून अविश्वासानं मान हालवत उभा होता.

पण नशीब असं की, ऑलिम्पिकसाठी तयार करतात तशा त्या पोहण्याच्या तलावाच्या दुसऱ्या उथळ टोकाला स्कुबा डायव्हिंगचा, म्हणजे सूर मारून आतपर्यंत जाण्याचा वर्ग चालू होता. मी त्यांना सारी परिस्थिती सांगितली, माझ्या आजारपणाची कथा छान रंगवून रंगवून सांगितली. आणि मग तो प्राणवायू पुरवणारा मास्क लावून, माशांसारखं कल्ले हालवत, बुडबुडे सोडत एकजण पाण्यात गेला आणि माझी लग्नाची अंगठी आणली.

मी माझ्या त्या मणक्यातल्या सरकलेल्या चकतीशी कसा काय संघर्ष केला, याचं आश्चर्य वाटतं. काही शारीरिक व्यायामाचे उपचार, कमी उंचीच्या टाचेचे बूट, आणि व्यवस्थित ताठ उभं राहण्याची-बसण्याची सवय...! आता जर का आपण 'आराम' शब्द उच्चारला तरी माझा प्रेमळ नवरा संपावर जाणार, याचा मला साक्षात्कार झाला होता.

त्या दिवसापासून माझा नवरा मला आठवण करून देत असतो, ते दहा आठवडे तो माझा गुलाम कसा होता त्याची. त्यानं अक्षरशः त्या काळात मला नेलपॉलिशपण लावून दिलंय. हे खरं प्रेम नसेल तर काय असेल? त्यामुळं पोहण्याच्या तलावावर माझी अंगठी हरवली, तेव्हा मला आता 'हे सारं संपलं' असं त्यामुळंच वाटत होतं.

– डॉर्सी सिल्वस

सायटिकाविषयी बरंच काही...

जर तुम्ही इतर सर्वसामान्यांप्रमाणेच असाल आणि जर अकस्मात एका पायातून वेदना जाणवली, तर पहिल्यांदा तुमच्या डोक्यात लगेच विचार येईल, 'सायटिकाचा त्रास होतोय'. आपले या बाबतीतले एक-दोन गैरसमज आहेत ते असे– पायातून जाणवणारी प्रत्येक वेदना सायटिका नसते आणि दुसरी बाब, सायटिका हे इतर कुठल्यातरी आजाराचं एक चिन्ह असतं... आजाराचं नाव सायटिका नसतं.

सायटिका (ज्याला मराठीत गृध्रसी म्हणतात) म्हणजे सायटिक नावाच्या मज्जातंतूच्या शिरेचा प्रदाह असतो किंवा ती दबली गेलेली असते. ही शीर दोन्ही पायांच्या मागच्या बाजूनं खालपर्यंत गेलेली असते. तुम्हाला कधीतरी मागच्या बाजूनं वेदना जाणवली असेल (बॉसनं खूप काम मागं लावलं किंवा पोरांचं खूप करावं लागतंय, म्हणून त्रास होतोय, असं तुम्हाला जेव्हा वाटतं); अशी वेदना किंवा आग, किंवा पायात मुंग्या आल्याप्रमाणं वाटणं; किंवा पाय गळून गेल्याप्रमाणं किंवा सुन्न पडल्याप्रमाणं वाटणं किंवा एकाच वेळेस हे सारं होणं, हे सायटिकाचेच लक्षण आहे.

याचं नेहमीचं कारण म्हणजे कमरेच्या मणक्यातील चकती सरकणं हे असलं, तरी ती चकती खराब होणं किंवा त्या हाडावर दुसरी हाडासारखी वाढ होणं, लंबर स्टेनोसिस (ज्यामध्ये कमरेचे मणके आकुंचित होतात व त्या शिरेवर दाब येतो) आणि पायरोफॉर्मिस सिंड्रोमसारखा आजार (ज्यात सायटिका शिरेवरच्या मांसपेशीचा दाब सरळ तिच्यावर पडतो) ही अन्य कारणं पण असू शकतात. अशा विविध कारणांनी सायटिकाचा त्रास होतो.

निदान -

खरंच तुम्हाला सायटिकाचा त्रास आहे, हे निदान तुमच्या डॉक्टरांनी करणं गरजेचं असतं. म्हणजे सायटिका शिरेचा दाह होतोय की, ती शीर दबली गेली आहे आणि तसं असेल तर शिरेचा कुठला भाग

दबला गेला असेल, हे पाहावं लागतं. हे करण्यासाठी तो तुमची आजाराची पार्श्वभूमी पाहतो आणि मग शारीरिक तपासणी करतो. मांसपेशींची क्षमता, संवेदना आणि प्रतिसादक्षमता यांची तपासणी करतो किंवा मग चवड्यावर किंवा टाचेवर चालण्याची तपासणी करतो. मग दुसऱ्या तपासणीद्वारे खुर्चीत बसताना होणारा त्रास, पाय लांबवतानाचा त्रास वगैरे पाहिला जातो. दुसऱ्याही पायाची तपासणी केली जाते.

जर वेदना खूपच असेल आणि सहा आठवड्यांच्या आत जर आराम पडला नाही, तर मग डॉक्टर क्ष-किरण तपासणी किंवा एम.आर.आय. तपासणी करून पाहायला सांगतात, ज्याद्वारे सायटिका शीर दबली आहे की हाडाची वाढ झाली आहे, एखाद्या जंतूचा संसर्ग आहे की हाडाला चीर पडली आहे किंवा ट्युमर वगैरे आहे का हे पाहतात, तसेच वेदना होण्याच्या इतर कारणांची पडताळणी करतात.

खोलवर वेदना देणारी सायटिका -

आता समाधानाची बाब ही आहे की, जवळपास सायटिकाचे ९५ टक्के रुग्ण शस्त्रक्रियेशिवाय सहज दुरुस्त होतात. दुसऱ्या एका अभ्यासाअंती असा निष्कर्ष काढला गेलाय की, सायटिकाचे उपचार दोन पद्धतींनी करण्यात आले– एक शस्त्रक्रियेनं, दुसरे औषधानं...! प्रथम शस्त्रक्रियेनं उपचार केलेल्या रुग्णांना तत्काळ बरं वाटलं; पण सहा महिन्यांच्या उपचारानंतर दुसऱ्या गटाच्या आणि पहिल्या गटाच्या आरामात, म्हणजे त्रास कमी होण्यात कुठलाच फरक नव्हता.

त्यामुळं तुम्हाला जर सायटिकाचा त्रास आधीपासूनच असेल, तर त्यावर अंकुश ठेवण्यासाठी काही सूचना...

- जर तुमचा सायटिकाचा त्रास अचानकच उद्भवला असेल, तर शारीरिक व्यायामाचे उपचार आणि किरोप्रॅक्टिकसारख्या उपचारांनी तुमच्या सायटिका शिरेवरचा दाब कमी होऊन वेदना थांबतात.

- स्टेरॉईडविरहित वेदनाशामक (NSAID) तुमच्या सायटिका शिरेचा दाह आणि वेदना कमी करू शकतात.

- अचानक जर दुखणं उद्भवलं, तर दुखऱ्या जागेवर २० ते ३० मिनिटं थंड पाण्याची पट्टी ठेवा. प्रत्येक दोन तासांनी पुन्हा ठेवा. असं दोन दिवस करू शकता. ४८ तासांनंतर दर दोन तासांनी

२० ते ३० मिनिटं गरम पाण्याच्या पट्ट्या ठेवा. (जर दुखणं जुनाट असेल, तर फक्त गरम पाण्याच्याच पट्ट्या ठेवा, थंड पाणी टाळा.) अधूनमधून त्या थंड आणि जास्त गरम पाण्यामुळं, त्वचेला काही त्रास तर उद्भवला नाही ना, याची तपासणी करा.

- तणाव देणारे व्यायामप्रकार डॉक्टरांना विचारा. तुमचे डॉक्टर योग्य ते व्यायाम सुचवू शकतात.

- तुमचे डॉक्टर तज्ज्ञ असतील तर त्वचेमध्ये स्टेरॉईड्सचं इंजेक्शन घ्या. त्यामुळे दाह कमी होईल आणि त्या सायटिका शिरेवरचा दाबही कमी होईल.

- अतिशय गंभीर परिस्थिती उद्भवल्यासच शस्त्रक्रिया करा. आणि हे लक्षात घ्या की, बहुतांशी सायटिका शिरेचे रुग्ण त्याशिवाय दुरुस्त होऊ शकतात. पण जर तुम्ही आणि तुमच्या डॉक्टरांनी त्याबाबत निर्णय घेतला असेलच, तर त्यांच्याशी चर्चा करून तुम्ही मायक्रोडिसेक्टॉमी किंवा लंबर लॅमिनेक्टॉमी आणि डिसेक्टॉमी यासारख्या शस्त्रक्रिया करून घ्या, ज्यात शस्त्रक्रियातज्ज्ञ त्या शिरेला त्रास देणारा मणक्यातील चकतीचा भाग काढून टाकतात. शस्त्रक्रियेनं बऱ्याचदा शिरेचा त्रास कायमचा नाहीसा होतो; पण पाठदुखी मात्र थांबत नाही. तेव्हा या विषयावर डॉक्टरांशी अवश्य चर्चा करा आणि दुसऱ्या (वेळ पडली तर तिसऱ्या) डॉक्टरांचा एकवार सल्ला घ्या.

माझ्या आजाराची लक्षणं

माझ्या लक्षणांची यादी डॉक्टरांना दाखवल्यास त्यांना निदान करणं सोपं जाईल. मला खालील त्रास आहेत...

- कमरेत वेदना होतात.

- एका किंवा दोन्ही पायांत मागच्या बाजूनं वेदना खालपर्यंत जाणवतात.

- पार्श्वभागाच्या मध्य भागापासून ते थेट गुडघ्यापर्यंत वेदना जाते. (वेदना गुडघ्यापर्यंत जाऊन थांबत असल्यास तो सायटिका शिरेचा त्रास नाही, हे निश्चित.)

- वेदना बाहेरच्या बाजूनं पोटरीवरून ते थेट पावलापर्यंत जाते, दोन बोटांच्या मध्ये किंवा अंगठ्यापाशी वेदना संपते (शिरांचे विभिन्न मार्ग विभिन्न ठिकाणी वेदना निर्माण करतात).

- वेदना पोटरीच्या आतील बाजूने आणि घोट्याच्या मागून थेट पायाच्या तळव्याकडं जाते.

- एका पायात मुंग्या आल्याप्रमाणं किंवा आग झाल्याप्रमाणं वेदना होते.

- एका पायात किंवा पावलात अशक्तपणा किंवा सुन्नपणा जाणवतो.

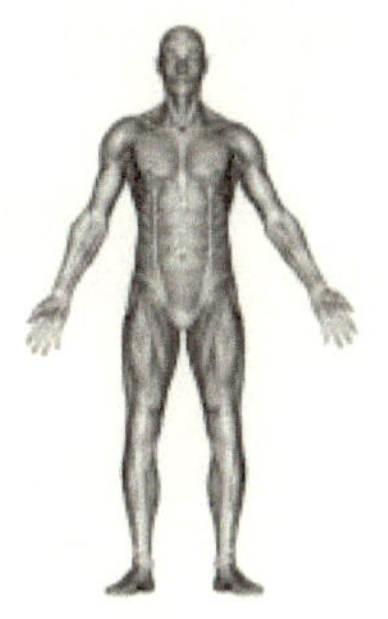

पाठदुखी ते चक्रासन

माझ्या पाठदुखीनं माझं आयुष्यच बदलून टाकलं.

खरंतर त्याची सुरुवात माझ्या उजव्या दंडात झाली आणि मग मनगट आणि मधल्या बोटात वेदना पसरली. तथापि या ठणक लावणाऱ्या वेदनेचं मूळ होतं ते माझ्या मणक्यात अडकलेल्या शिरेमध्ये...! मी रोजच्या वापरातल्या वस्तू उचलू शकत नव्हते, ना माझ्या तुरुतुरु धावणाऱ्या बाळाला घेऊ शकत होते. पाण्याची बाटली उघडणं माझ्यासाठी अवघड होतं तसंच तण काढणंही. बसणं सहन होत नव्हतं. आडवं झोपणं तर भयंकरच...!

हे सारं सात महिन्यांपूर्वी होतं. या साऱ्या वेदना सुरू होण्यापूर्वी मी एक चिंताग्रस्त, मानसिक तणाव सहन करणारी, पोरांवर ओरडणारी आई होते. पाच वर्षांचा मुलगा आणि दोन वर्षांची मुलगी. माझा नवरा वर्षात दुसऱ्यांदा इराकला गेला होता.

मला अगदीच क्षुद्र आणि वाईट वागायचं नव्हतं. एकटीनं आघाडी लढवत असताना मला तणावमुक्त आणि व्यवस्थित वागता यावं, अशी मी आशा करीत होते. माझा नवरा जेव्हा पहिल्यांदाच इराकला गेला, त्याच वेळी माझा शहाणपणा मी गमावला. त्यामुळं तो जखमी झाला, तो परतणार नाही, असंच मला वाटलं. माझं लक्ष विचलित झालं. मग अशा वेळी माझ्या हातून किल्ल्या हरवायच्या, कारचे

दिवे तसेच चालू राहायचे. अगदी खरं सांगायचं झालं, तर मी कारचं बॉनेटही माझ्या डोक्यावरच बंद केलं होतं. त्या बावळटपणाचा परिणाम म्हणून चार टाके पडले होते.

या वेळी मला शांतता गमवायची नव्हती. शांत, सक्षम राहायचं होतं. मी घर आणि बाहेरच्या माझ्या कामासाठी वेळापत्रकच तयार केलं.

आता सारं आठवतं तेव्हा जाणवतं की, मी अशा आदर्शाची अपेक्षा करीत होते, ज्याची तेवढी गरज नव्हती. नेहमीच आनंदात राहावं आणि माझ्या क्षमतेपलीकडच्या गोष्टींवर माझं नियंत्रण असावं, असं काही घडू शकत नाही ना! या अवास्तव ध्येयामुळे मला मानसिक अस्वस्थतेचा आणि अर्थातच शारीरिक वेदनेचा त्रास व्हायचा.

माझा नवरा इराकला जाऊन आठएक आठवडे झाले असतील. एका पहाटे मी जागे झाले, तर माझी मानच वळेना. माझ्या हातात वीज चमकल्यासारख्या वेदना होत होत्या आणि बोटांना मुंग्या येत होत्या. माझी आघाडी मला लढून जिंकायची होती, त्यासाठी सारी योजनाबद्ध जीवनपद्धती असताना हे मधेच मार्गातले अडथळे पाहून मी या वेदनेने चिडले. वेदना भयंकर होती, जीवघेणी... मला फक्त हात उचलता यायचा... आपण शाळेत उत्तर देण्यासाठी हात वर करतो ना, तसा! हे आश्चर्यच होतं! मला खात्री होती, आता ही वेदना आणखी त्रास देणार नाही. आणि तिनं दिलाही नाही.

एका मैत्रिणीनं डॉक्टरांकडं नेलं. त्यांनी वेदनाशामक गोळ्या आणि मांसपेशींना आराम मिळावा अशी औषधं दिली व एका आठवड्यानं भेटायला सांगितलं. यापेक्षा जास्त कशाची गरज पडेल असं मला वाटलं नव्हतं, पण वेदना वाईट पद्धतीनं वाढल्या.

दुसऱ्या भेटीच्या वेळी डॉक्टरांनी एम.आर.आय. तपासणी करण्याचा सल्ला दिला आणि मेंदूविकारतज्ज्ञ, शस्त्रक्रिया वगैरे शब्द ते वापरू लागले. त्यानं माझ्या हाताला आधारासाठी एक फळी बांधून दिली, मला 'कार्पेल टनेल सिंड्रोम' झाल्याचं सांगितलं. मला डॉक्टरांनी लिहिणं बंद करण्याचा सल्ला दिला, कारण त्यामुळं हे दुखणं वाढतं, असं ते म्हणाले.

त्या वेळी माझ्या लक्षात आलं, हे भयंकर आहे. लिहिणं म्हणजे

माझं आयुष्य! तसं व्यावहारिक बाबींमध्ये मागेपुढं झालं असतं, तर मी काही मनावर घेतलं नसतं– म्हणजे चांगले कपडे घालता न येणं वगैरे. पण कागदावर स्वत:ला व्यक्त केल्याशिवाय असलेल्या माझ्या आयुष्याची मी कल्पनाच करू शकत नव्हते.

एम.आर.आय. तपासणीनंतर माझ्या मेरुदंडात वरच्या भागात फुगवटा असल्याचं सिद्ध झालं. अशी फुगलेली चकती म्हणजे माझी चिमटलेली शीर. मी मागं काय काय त्रास झाले होते, ते आठवलं. मला लगेच बरं व्हायचं होतं.

मग मी आठवड्यातून तीन वेळा डॉक्टरांकडं शारीरिक हालचालीसाठी (व्यायामाला) जाऊ लागले आणि सहा आठवडे इतर औषधोपचार केला. तेव्हा मी योगासनं करण्याइतपत ठीक झाले. त्यानंतर माझ्या लक्षात आलं की, पाठदुखी फक्त अशक्त लोकांना किंवा वय वाढल्यावर किंवा शारीरिक मेहनत करणाऱ्यांना वा व्यायाम न करणाऱ्या, ताठ न बसणाऱ्यांनाच होते असं नाही. माझ्या योगशिक्षकानं मला हे समजावलं की, मानसिक तणाव आणि आयुष्यात अस्वस्थ असणाऱ्या लोकांनाही पाठदुखी होतेच.

हळूहळू मी माझ्या पाठदुखीसाठी काही नियमावलीच घालून घेतली. नवरा घरी नसताना एक चांगली आई म्हणून वागायचं असेल तर तणावमुक्त राहायला हवं, मनाला छान वाटेल असं लिहायचं, तेही योग्य वेळेस! फॅल्युझाहला असणाऱ्या नवऱ्याची तो येईल की नाही, अशी चिंता करायची नाही आणि आठवड्यातून किमान दोन वेळा योगासनं करायची. मी हे जवळपास पाच महिने पाळलं.

काही आठवड्यांपूर्वी माझ्या आयुष्यातलं पहिलं चक्रासन मी केलं. मी जमिनीवर झोपून माझ्या शरीराची कमान केली, तेव्हा माझ्या डोक्याखालची जमीन हलली. माझ्या डोक्यावरचं आभाळ जवळ आल्यासारखं वाटलं. मी शरीर उचलणं सुरूच ठेवलं आणि मला डोक्याखाली वाऱ्याची झुळूक जाणवली. मी वर उचलले गेले होते. मी खरंच चक्रासन करीत होते. मी क्षणभर तशीच राहिले. श्वास धरून ठेवला.

मला कित्येक महिन्यांपासून कशाचाच त्रास जाणवत नव्हता, तरी चक्रासनानं एक मोठं परिवर्तन घडवून आणलं. माझं शरीर मजबूत,

सहज वळवता येण्याजोगं आणि लवचीक होतं. पण महत्त्वाची बाब ही की, मी अवास्तव अपेक्षा करणं बंद केलं पाहिजे हे शिकले. त्याऐवजी कुठल्याही एकाच गोष्टीवर लक्ष केंद्रित करायला मी शिकले. उदाहरणार्थ शरीराचं धनुष्य करायला, चक्रासन करायला शिकले.

आतातर मी मुलांसोबत हसते, बागडते, त्यांच्यासोबत थाळीफेक खेळते आणि त्यांना गाडीत घेऊन फिरायलाही जाते. छानपैकी टेबलाजवळ बसू शकते आणि लिहू शकते. माझी सारी अस्वस्थता गेलीय... आणि हो, माझ्या अंगणात आता तणसुद्धा वाढलेलं नसतं.

– इनग्रिड बेअरस्टा

हाडांची झीज : जराही विचार नाही

आपण आपल्या हाडांबद्दल फारसा विचारच करीत नाही. ती जर नसती तर आपण लोळागोळा होऊन पडलो असतो, पण त्यांना काहीतरी झाल्याशिवाय, म्हणजे ती कमजोर किंवा ठिसूळ झाल्याशिवाय आपण त्यांचा दखलही घेत नाही.

हाडे कमजोर आणि ठिसूळ बनण्याचं कारण म्हणजे त्यांची सतत होत जाणारी झीज, ज्याला अस्थि झीज (osteoporosis) असं म्हणता येईल. हे होण्याचं महत्त्वाचं कारण म्हणजे हाडांची केवळ झीजच होत राहते, त्यांच्या पेशीची पुनर्निर्माणाची प्रक्रिया, ज्याला अस्थिभवन म्हणतात, ती संपलेली असते. म्हणजे जेव्हा अस्थीतील घटक झिजेमुळे संपत राहतात आणि त्यात खूप हळुवारपणे भर पडत जाते, तेव्हा हाडं अतिशय कमजोर होतात आणि ती तुटण्याची शक्यता जास्त असते.

हाडांच्या या झिजण्यामुळं तुमच्या मणक्यांच्या हाडांमध्ये झीज होऊन ते तुटण्याची शक्यता खूप असते. आणि नेमकं सांगायचं तर जवळपास ७ लाख रुग्णांना दरवर्षी या अस्थींच्या झिजण्यामुळे मणक्यांना त्रास होतो. अस्थिभंगाचा हा आकडा फार मोठा आहे. फक्त एकतृतीयांश रुग्णांची लक्षणं दिसून येतात, बाकीच्यांचा त्रास जाणवतही नाही.

एकट्या अमेरिकेत एक कोटी लोक! जवळपास ऐंशी लाख स्त्रिया आणि वीस लाख पुरुष यांना अस्थिझिजेचा म्हणजे हाडं ठिसूळ होण्याचा त्रास आहेच आणि जवळपास ३ कोटी ४० लाख लोक हाडांचं पुनर्निर्माण होत नाही, म्हणून याच आजारानं ग्रस्त होण्याची शक्यता आहे. (मुलांचा समावेश जसा वयस्क नागरिकांत होईल, तसा हा आकडा वाढत जाण्याचीच शक्यता आहे.)

पन्नाशीवर गेलेल्या जवळपास पन्नास टक्के स्त्रियांना आणि पंचवीस टक्के पुरुषांना या अस्थिझिजेमुळे अस्थिभंग होण्याची शक्यता जास्त असते.

हाडांची झीज होण्याची कारणं अनेक आहेत आणि त्या धोक्याच्या अनेक संभाव्य कारणांना टाळता येतं किंवा ती नाहीशी केली जाऊ

शकतात. उदाहरणार्थ जेव्हा स्त्रिया रजोनिवृत्तीच्या अवस्थेस पोहचतात, त्यांच्या शरीरात इस्ट्रोजेन नावाचं हार्मोन स्त्रवायला सुरुवात होते, ज्यामुळे अस्थीच्या झिजेची प्रक्रिया कमी होते. (त्यामुळेच बऱ्याचदा डॉक्टर अस्थींची झीज थांबवण्यासाठी इस्ट्रोजेन देतात.)

न टाळता येण्याजोगी काही कारणं म्हणजे कॉकेशियन असणं किंवा आशियन असणं किंवा अशी कौटुंबिक पार्श्वभूमी असणं. पुरुषांमध्ये टेस्टेस्टेरॉन कमी प्रमाणात असणं हे अस्थींची झीज होण्याचं महत्त्वाचं कारण आहे.

पण अस्थींची झीज होण्याचं प्रत्येक कारण हे जीवशास्त्रीयच असेल, असं काही नाही. मात्र अशीही कारणं आहेत, जी टाळली जाऊ शकतात—

- शरीरात कॅल्शियमची कमतरता आणि ड जीवनसत्त्व कमी प्रमाणात असणं.
- आरामदायी जीवनशैली.
- धूम्रपान.
- मद्यपानाचा अतिरेक.
- कॅन्सर किंवा इतर उपचाराकरिता ग्लुकोकॉर्टिफॉईड्सचा भरपूर वापर किंवा आकडी न येण्यासाठीच्या औषधांचा दीर्घकाळ वापर.
- भूक मंदावणं.

बऱ्याच लोकांना तर अस्थिभंग होईपर्यंत आपल्या हाडाची झीज झाली आहे, हे पण लक्षात येत नाही. पण हाडातील क्षारांची घनता (BMD - Bone Mineral Density) मोजल्यास हाडं मोडण्यापूर्वी त्यांची झीज लक्षात येते. अनेक हाडांचं नुकसान होण्यापूर्वी डॉक्टर ही तपासणी सांगतात.

कॅल्शियम -

हाडं बनण्यासाठी कॅल्शियम महत्त्वाचं असतं, याची आपल्यापैकी बऱ्याच जणांना माहिती असतेच. मग माहिती असतानाही आपल्याला आवश्यक असणाऱ्या कॅल्शियमच्या मात्रेपेक्षा खूप कमी कॅल्शियम आपण का घेतो? या प्रकरणाच्या शेवटी आपल्याला रोज किती

कॅल्शियमची गरज असते, ते दिलं आहे. ते नीट लक्षात ठेवा आणि जेवणात रोज जास्तीत जास्त कॅल्शियम कसं मिळेल, यासाठी काही गोष्टी लक्षात ठेवा.

* **दुधापासूनची उत्पादने** - दूध आणि दुधापासून तयार होणाऱ्या सर्व पदार्थांमुळं कॅल्शियम भरपूर मिळतं. आहारामध्ये दिवसातून ३ वेळा दुग्धजन्य पदार्थ घेतल्यास आपली कॅल्शियमची गरज भरून निघते. आणि खवय्यांसाठी आनंदाची बातमी म्हणजे मलई काढलेल्या दुधात कॅल्शियमची मात्रा भरपूर असते.

* **दुधाव्यतिरिक्त स्त्रोत** - दुधापासून बनलेल्या पदार्थांमध्ये कॅल्शियम अर्थातच भरपूर असते, पण इतर पदार्थांतिही असतेच. उदाहरणार्थ- फुलकोबी, बदाम, टोफू, पालक, सॅमन किंवा सारडिन्स मासे. आपल्या आहारातील कॅल्शियमची मात्रा किती हे पाहण्याकरिता अमेरिकेच्या डिपार्टमेंट ऑफ ॲग्रिकल्चर्स न्यूट्रिएंट डाटा लॅबोरेटरीच्या वेबसाईटला भेट द्या.www.nal.usda.gov/fuic/foodcomp (टोफू हे सोयाबीनपासून बनवण्यात येते)

* **जर तुम्ही लॅक्टोज सहज पचवू शकत नसाल तर**- असं असेल तर लॅक्टेड ब्रँड मिल्कसारखे पदार्थ वापरून बघा. लॅक्टोज पचवू न शकणारी अनेक मंडळी चीज आणि योगर्टसारखे पदार्थ पचवतात.

* कॅल्शियमची मात्रा भरपूर असलेल्या संत्र्याच्या रसाचा आणि धान्यांचाही आहारात समावेश असावा.

* **दुधाची पावडर** - स्निग्ध पदार्थरहित दुधाच्या १ चमचा पावडरमध्ये ५२ मिलिग्रॅम कॅल्शियम असतेच, तेव्हा अशी पावडर पुडिंग, घरी बनवलेले केक्स, उसळी, सूप, ग्रेव्ही आणि इतर पदार्थात वापरू शकता.

* **जर पुरेसं कॅल्शियम तुमच्या अन्नातून मिळत नसेल तर** - कॅल्शियमचा पूरक वापर करा, ते कॅल्शियम कार्बोनेटच्या स्वरूपात किंवा कॅल्शियम सायट्रेटच्या स्वरूपात असलं तरी चालेल. हा कॅल्शियमचा आहार विभागून अर्धा दिवसा आणि अर्धा रात्री घेतला तरी चालेल. (पण जर मूत्राशयात खडे होण्याचा म्हणजे

मुतखड्याचा त्रास असेल, तर असा आहार घेण्यापूर्वी डॉक्टरांचा सल्ला घ्या.) शरीरासाठी आवश्यक म्हणून सांगितलेला कॅल्शियम हा धातुस्वरूपातील कॅल्शियम गृहीत धरावा लागतो. तेव्हा पुरेसा कॅल्शियम धातू शरीरात जातोय ना, याची खात्री करा.

● **जीवनसत्त्व ड** - जीवनसत्त्व ड हे शरीरात कॅल्शियमचं शोषण करायला मदत करतं, त्यामुळं तज्ज्ञ नेहमी ४०० ते ८०० IU एवढं जीवनसत्त्व ड रोज घ्यायला सांगतात. जीवनसत्त्व ड हे सूर्यप्रकाशात आपल्या त्वचेखाली तयार होतं, पण वाढत्या वयाप्रमाणे शरीराची जीवनसत्त्व ड तयार करण्याची क्षमता कमी होत जाते. या जीवनसत्त्वाचा पुरवठा अंड्यातील बलक, काही दुग्धजन्य पदार्थ, खाऱ्या पाण्यातील मासे, यातून होतो. बऱ्याच औषधांत त्यांचा समावेश असतोच.

क्षमता कमवा नाहीतर नियंत्रण गमवा -

तुम्ही जेव्हा व्यायाम करता तेव्हा मांसपेशींसोबतच तुमच्या अस्थीही मजबूत होत जातात. वजन वाढवणाऱ्या आणि कमी करणाऱ्या दोन्हीही व्यायामप्रकारांनी अस्थी चांगल्या सधन होत जातात.

प्रतिकारक्षमता वाढवणाऱ्या व्यायामप्रकारांत मांसपेशींची क्षमता वाढवली जाते. उदाहरणार्थ- वेट लिफ्टिंग. वजन वाढवणाऱ्या व्यायामप्रकारात तुमच्या वजनाला पूरक हालचाली केल्या जातात. उदा. चालणं, धावणं, पायऱ्या चढणं किंवा उभं राहणं (दिवसाला चार तास उभं राहू शकत असाल तर). व्यायामाचा काही प्रमाणात परिणाम शरीरावर व्हायला हवाच. सायकल चालवणं किंवा पोहणं यांचा वजन वाढवण्यासाठी उपयोग होत नाही.

कुठल्याही प्रकारचा व्यायाम करण्यापूर्वी डॉक्टरांशी संपर्क साधून चर्चा करा, त्यांच्या अनुमतीनं योग्य तो व्यायाम निवडा.

फार उशीर करू नका -

जर तुमच्या हाडांची झीज सुरू झालेली असेलच, तर तुमचे डॉक्टर तुम्हाला हाडं सघन होण्यासाठी औषधं देऊ शकतात. उदा. ॲलेन्ड्रोनेट (फ्यूसॅमॅक्स), रेसिड्रोनेट (ऑक्टोनेल) किंवा झायबॅन्ड्रोनेट (बोनिवा).

ही सारी औषधं एका म्हणजे बायफास्फोनेट वर्गातील आहेत. याखेरीज रॅलोक्सिफेन (इव्हिस्टा) स्त्रियांसाठी आणि टेरिपॅरॅटाईड पुरुषांसाठी अति आवश्यक अशा परिस्थितीत दिली जातात. अशी यादी मोठी आहे, त्यातील कुठलंही एक तुमचे डॉक्टर देऊ शकतात.

तुमची रोजची मात्रा

नॅशनल ॲकॅडमी ऑफ सायन्सेसच्या मते तुम्हाला रोज किती मिलिग्रॅम कॅल्शियम आवश्यक असतं, ते दिलं आहे.

जन्मानंतर सहा महिने पर्यंत	२१०
सहा महिने ते एक वर्ष	२७०
१ - ३	५००
४ - ८	८००
९ - १३	१३००
१४ - १८	१३००
१९ - ३०	१०००
३१ - ५०	१०००
५१ - ७०	१२००
७० च्या पुढं	१२००

माझ्या हाडांची झीज थांबवण्यासाठी मी आजपासून हे करीत आहे.

- कमी स्निग्धता असणारे दूध, योगर्ट, स्निग्धतारहित दुधाची पावडर, चिज वगैरे दुग्धजन्य पदार्थ अधिक प्रमाणात खाणार.

- कॅल्शियम भरपूर असणारी धान्यं, संत्र्याचा रस, ब्रेड वगैरे खाणार.

- दुग्धजन्य पदार्थांव्यतिरिक्त इतर ज्या पदार्थांमध्ये भरपूर कॅल्शियम आहे म्हणजे फुलकोबी, बदाम, पालक वगैरे अधिक प्रमाणात खाणार.

- जीवनसत्त्व ड असणारे पदार्थ जसे अंड्याचा बलक, दुग्धजन्य पदार्थ, यकृत, खाऱ्या पाण्यातील मासे खाणार.

- कॅल्शियमपूरक आहार (जर जेवणातून कॅल्शियम पूर्णपणे जात नसेल तर) घेणार.

- प्रतिकारक्षमता वाढवणारे, वेटलिफ्टिंगसारखे व्यायाम करणार. (तत्पूर्वी माझ्या डॉक्टरांचा सल्ला घेणार.)

- वजन धारण करण्याची क्षमता वाढवणारे व्यायाम–चालणं, पळणं, पायऱ्या चढणं, नृत्य करणार.

  (तत्पूर्वी माझ्या डॉक्टरांचा सल्ला घेणार.)

- धूम्रपान एकदम बंद.

- माझ्या डॉक्टरांशी सल्लामसलत करून माझ्या हाडांची झीज होईल, अशा औषधांचं प्रमाण कमी करण्याचा प्रयत्न करणार.

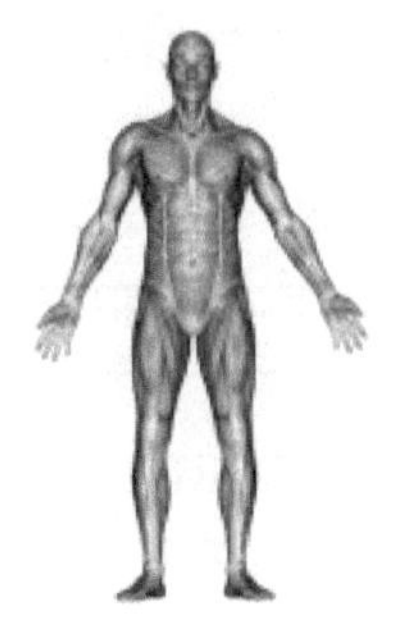

पुन्हा सारं सुरळीत

दारावर सूचना लिहिलेली असते, 'कृपया, शांतपणे या.' माझ्या ओठातून कुठलाच शब्द बाहेर पडत नसला, तरी माझ्या पाठीचा प्रत्येक स्नायू मात्र अक्षरश: किंचाळत असतो, माझ्या संपूर्ण शरीरात वेदनांचा कल्लोळ उसळलेला असतो. मी दार उघडते, किंचित अडखळत मी हळुवारपणे उंबरा ओलांडते, किमान या वेळी तरी आराम पडावा अशी आशा करीत राहते. उपचार हा काही वेगळाच असतो, असं मला सुरुवातीपासून वाटत होतं. मला पूर्वी काही मार लागला आहे का, शारीरिक श्रम किती असतात, जेवण आणि कामकाजपद्धती, कामकाजाच्या ठिकाणी माझी खुर्ची कशी, बैठक कशी यांची चौकशी आणि इतर कौटुंबिक पार्श्वभूमी, याबद्दल जवळपास अर्धा तास रोझेनी चौकशी करीत होती. इतर डॉक्टरांपेक्षा तिनं जास्त खोलवर चौकशी केली, मला शिकार बनवणाऱ्या पाठीच्या दुखण्यामागचं कारण काय आहे, हे शोधण्याचा प्रयत्न केला.

आता मी इथं मस्त पडून आहे, थोडीशी धास्तावलेली आहे; पण या गरम ब्लॅंकेटमध्ये उबदार आणि आरामदायी वाटतंय. चंदनाच्या सुगंधानं भरलेल्या हवेत सीडी प्लेअरवर वाजणाऱ्या गीतानं वातावरण प्रफुल्लित झालंय. मी माझे डोळे झाकून आरामाचा अनुभव घेतेय. माझे मागचे सारे अपयशी अनुभव– ती लिहून दिलेली औषधं, ॲक्युपंक्चर,

शरीराचे संतुलन, किरोप्रॅक्टिक आणि शारीरिक व्यायाम वगैरे आठवून माझ्या डोक्यात आता पुढचे कष्ट कोणते, हा विचार येतो.

रोझेनीने मग माझ्या दुखऱ्या स्नायूंवर गरम आणि मऊ दगड ठेवून उपचाराला प्रारंभ केला. प्रत्येक वेळी तिचे हात माझ्या मूळ जागेवरून ढळलेल्या स्नायूंवर येत, मग ती तो जागेवर येईपर्यंत काम करी. आणि उपचार चालू असतानाही मला बरं वाटे, रोझेनी जे मला सांगत असे, तेच अनुभवाला येई. मला मानवाच्या शरीररचनेविषयी बऱ्यापैकी माहिती होती म्हणा; पण मग मसाजच्या त्या टेबलावर पडल्यापडल्या माझं ज्ञान उजळून निघालं.

अचानक रोझेनीच्या आवाजानं खोलीतल्या शांततेचा भंग होतो. 'आता मी जेव्हा खूण करेन, तेव्हा तू तुझे गुडघे माझ्या हातांच्या तळव्यांकडे दाबायचे आहेत.'

हे काय आहे? रोझेनी मला उपचारपद्धतीत अगदी सक्रिय व्हायला सांगते आहे. या आधीच्या अशा कुठल्याच उपचारात माझ्या सक्रिय सहभागाची आवश्यकता नव्हती. त्यामुळे मला त्यापासून नेहमीच तटस्थ राहता यायचं. गोंधळलेल्या अवस्थेत, पण वेदनांपासून सुटका व्हावी म्हणून मी तिच्या आज्ञेचं पालन करत होते. आणि अगदी हळुवारपणे, आश्चर्यकारक रीत्या मी जसा गुडघ्यांनं तिच्या तळव्यावर दाब दिला, माझ्या पाठीतील ताठरता कमी झाली. तिनं मला श्वास खोलवर चालू ठेवण्याची सूचना दिली. मी पण या कामात पूर्णपणे सहभागी होते, आपण श्वास रोखून धरलाय, असं मला वाटलंच नाही.

तासन् तास चाललेल्या या उपचारपद्धतीच्या दरम्यान मी आपलं वाकव, हालव, उचल, ओढ, सरळ कर वगैरे सूचनांचं पालन करीतच होते. दरम्यान माझा मसाजचा कार्यक्रम संपला, मग मला भलंमोठं काम पूर्ण केल्याचं शारीरिक आणि मानसिक समाधान लाभलं.

पुढच्या वेळी केव्हा यायचं, हे ठरवून मी निघण्याची तयारी केली, तोच रोझेनचा आवाज मागून मला थांबवतो, 'आता रोज झोपण्यापूर्वी एवढा व्यायाम तू करायला हवा.' आता ही मला काय गृहपाठ देतेय की काय? मी विस्मित होऊन काही न बोलता तिच्या हातातला छापील कागद घेऊन एकदा हळुवार हसले आणि निघाले.

त्या सायंकाळी मी तो कागद वाचला आणि माझ्या कमरेच्या मणक्याला आधार देणाऱ्या स्नायूंचा चांगला विकास व्हावा, त्यांची क्षमता वाढावी म्हणून माझ्या मांड्यांसाठी दिलेला व्यायाम केला. रोझेनीकडं घेतलेल्या उपचारानं बरीच मजल मारली होती. आता घरी केलेल्या अभ्यासानं अजून फायदा होईल, असा विचार मी करते.

दोन आठवडे हा गृहपाठ केल्यानंतर मला थोडंसं बरं वाटतं, मी रोझेनीला भेटायला जाते. ती पुन्हा सारं इत्यंभूत विचारते, मग उपचार सुरू करते. मग या आणि पुढच्याही भेटीत ती माझ्या शरीराला अक्षरशः समजून घेते. मग आता आपण काय काय करणार आहोत, ते समजावून सांगते. दोन स्नायूंमधला, त्यांच्या हालचालीतला संबंध स्पष्ट करते आणि ती मला मदत कशी करणार, हे सांगते.

मी मसाजच्या टेबलावर नसतानाही आमचं संभाषण मला उभारी देतं. मी टेबलापाशी बसून काम करताना, किराणा दुकानात सामान भरताना, कार चालवताना किंवा सिनेमा टॉकिजमध्ये सिनेमा पाहताना, तिचा प्रत्येक शब्द जो ताठ बसण्याशी, सरळ रेषेशी आणि श्वासोच्छ्‌वासाशी संबंधित असतो, तो आठवते.

दोनेक आठवड्यानंतर माझ्या लक्षात येतं की, मी अगदी बेसावध असतानाही तिच्याच सल्ल्याचं पालन करते आहे आणि आश्चर्याची बाब अशी की, पाठदुखी आता माझ्या प्रत्येक क्षणाचा पिच्छा पुरवत नाहीये. सकाळी काही प्रमाणात जाणवणारी ताठरता आणि रात्रीच्या वेळी होणारी वेदना वगळता दिवस त्या मानानं वेदनामुक्त जातो.

तीन महिन्यांच्या उपचारानंतर माझ्या लक्षात येतं की, मी अंथरुणातून सहज उठू शकतेय, बराच वेळ त्रास देणारी ती वेदना आता सकाळी सकाळी त्रास देत नाही. खाली पडलेली वस्तू उचलताना आता पहिल्यासारखा त्रास होत नाही. रोझेनीच्या ज्ञान आणि कौशल्यापेक्षा माझा निश्चय आणि समर्पणही या उपचारपद्धतीत महत्त्वाचा आहे. तिनं जो धीर दिला त्याला खरं तर धन्यवाद, मी माझं शरीर नियंत्रणात ठेवण्यासाठी आणि त्याची हालचाल कायम ठेवण्यासाठी जे सतर्क राहिले, ते पण महत्त्वाचं होतं. या परिश्रमातला सहभाग आणि सहकार्य माझ्यासाठी फार वेगळा आणि महत्त्वाचा होता. रोझेनीने मला तिची चिकाटी आणि मेहनत यांच्या जोरावर फक्त शारीरिक आरामच दिला

असं नाही, तर भावनिक आधारपण दिला आणि माझं भलं होण्यावर पण भर दिला.

आता मी सावधानता म्हणून दर महिन्याला रोझेनीकडे उपचाराला जातेच. तो उंबरठा मी जेव्हा ओलांडते, तेव्हा त्या उंबऱ्याच्या आत काय होणार, हे मला कळलेलं असतं.

— फिलिस हॅनलान

खऱ्यासारखं खोटं

पाठदुखी ही खरंच पाठदुखी केव्हा नसते?

जेव्हा मूत्राशयात खडे असतात, प्रसववेदना असते, गर्भाशयाच्या आतील पेशींचा प्रदाह म्हणजे एन्डोमेट्रोओसिससारखा आजार असतो किंवा पित्ताशयात खडे असतात.

ही खरंतर चेष्टा वाटेल, पण हे खरंच तितकंसं गमतीदार नाही. तुमच्या पाठीत वेदनेसारखं काहीतरी जाणवणं म्हणजे खरंतर तुमच्या दुसऱ्या कुठल्यातरी अवयवाला काहीतरी झाल्याचं चिन्ह असू शकतं. (पाठीच्या कुठल्याच दुखण्यानं फारसं जीवघेणं काही घडत नाही, ही बाब आभार मानावी अशीच आहे.) आता काही पाठदुखीची वेगळी कारणं दिलेली आहेत, जी खरी पाठदुखी नाहीये.

● **मूत्रमार्गाचा प्रदाह संसर्ग (UTI- Urinary Tract Infection) -**

मूत्रमार्गामध्ये एखाद्या जीवाणूमुळे संसर्ग झाल्यास कमरेत अशा प्रकारच्या वेदना होऊ शकतात, इतरही चिन्हं असतात. (या वेदना खरंतर वृक्क म्हणजे मूत्रपिंडातून येतात.)

● **पित्ताचे खडे (Gall Stone) -**

पित्ताशयामध्ये स्निग्ध पदार्थांचं पचन करणारा स्राव स्रवत असतो, त्याला पित्त (Bite) म्हणतात. ते घट्ट होऊन त्याचं खड्यात रूपांतर होतं. अशा खड्यांमुळं थेट खांद्यापर्यंत कळा येऊ शकतात.

● **गर्भाशय पेशी प्रदाह (Endometriosis)**

हा एक जुनाट त्रासदायक विकार आहे, ज्यामध्ये खरंतर गर्भाशयातील पेशी इतरत्र म्हणजे गर्भनलिका किंवा गर्भाशयाच्या पोकळीत आढळतात. साधारणपणे अमेरिका आणि कॅनडातील ५५ लाख मुली आणि स्त्रियांना हा विकार आढळतो. पाठदुखी हे त्याचं एक लक्षण आहे.

● **प्रसववेदना -**

जन्मताना जेव्हा मूल त्याच्या नैसर्गिक अवस्थेत न जन्मता, त्याचं डोकं वर असतं, तेव्हा अशा वेदना मातेला जाणवतात.

● **जीवनसत्त्व 'क' ची अत्यधिक मात्रा -**

जीवनसत्त्व 'क' चं प्रमाण शरीरात जास्त झाल्यासही पाठदुखी आढळते.

● **मुतखडे -**

जेव्हा लघवीमध्ये काही कडक पदार्थ आढळतात, तेव्हा तुम्ही त्याला काय म्हणता? मूतखडा. हे खडे मूत्रपिंड ते लघवी वाहून नेणाऱ्या मूत्रमार्गात कुठेही असू शकतात. जेव्हा ते खडे मोठे असतात, तेव्हा ते मूत्रनलिका, मूत्राशय किंवा मूत्रवाहिनीत अडकतात आणि इतर लक्षणांसोबतच प्रचंड वेदना होतात.

● **औषधांचे दुष्परिणाम -**

ॲलर्जीवरील काही औषधं आणि शरीरातील कोलेस्टेरॉल कमी करणारी औषधं आणि इतरही बरीच औषधं पाठदुखीला कारणीभूत असतात.

तुमचे डॉक्टर या साऱ्यांची नीट तपासणी करतील; पाठीला मार बसला आहे की, वरीलपैकी काही कारणं आहेत की अन्य काही आहे, का ते शोधतील. व्यवस्थित निदान होण्यासाठी, तुमच्या इतर त्रासाची माहिती द्या, तुम्ही घेतलेल्या औषधांची यादी दाखवा आणि तुमच्या कुटुंबाची आरोग्याची पार्श्वभूमी सांगा.

धोक्याचं लाल निशाण

पाठदुखीच्या पाच टक्क्यांपेक्षा कमी रुग्णांचा आजार खरंच गंभीर असतो. तथापि, क्वचितच पाठदुखी ही हृदयविकाराचा झटका, कॅन्सर, न्युमोनिया, फुप्फुसात रक्ताची गाठ असणं किंवा पेप्टिक अल्सरसारख्या आजाराचं लक्षण असू शकते.

धोक्याची अवस्था टाळण्यासाठी जर ताप असेल, वजनात लक्षणीय घट असेल, विश्रामाच्या क्षणीही वेदना जाणवत असतील किंवा वेदनेमुळं झोप येत नसेल किंवा मूत्राशयावरील वा शौचावरील नियंत्रण जात असेल, तर ताबडतोब तुमच्या डॉक्टरांशी संपर्क साधा.

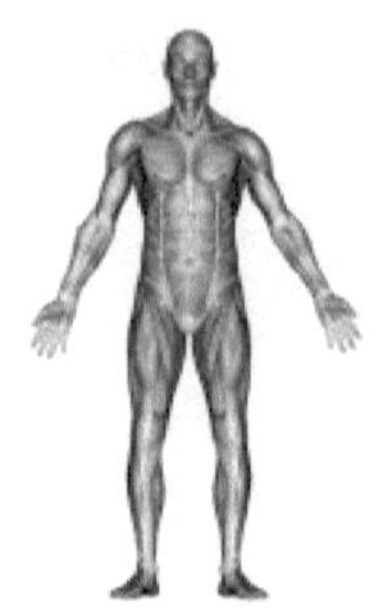

हातोड्याच्या मारातून सुटका

१ फेब्रुवारी, २००२. व्हर्जीनिया मिलिटरी इन्स्टिट्यूटनं दरवर्षीप्रमाणं आपल्याच मैदानावर हिवाळी क्रीडा स्पर्धा भरवल्या होत्या. दक्षिण व्हर्जीनिया विद्यापीठाच्या पाचशे विद्यार्थ्यांच्या महाविद्यालयानं त्याची पहिलीच धावपट्टी तयार केली होती आणि भाग घेणारा गटही पहिलाच होता. मी तिथंच बाजूला दोनशे मीटर स्पर्धेत भाग घेणाऱ्या माझ्या दोन मुलांना पाहत उभा होतो. बंदुकीचा बार झाला आणि अचानक मला माझ्या पाठीत आणि मानेत वेदनेचा स्फोट झाल्यासारखं वाटलं. वेगानं मी जमिनीवर कोसळलो आणि मला जाणवलं, की एक भयंकारक संवेदना मला बेशुद्धीकडं ओढत नेतेय.

नेमकं काय झालं? खरंतर स्पर्धा सुरू करणाऱ्यांनं बंदुकीचा बार काढलाच नव्हता. मी डोळ्यांच्या कोपऱ्यातून पाहिलं तेव्हा कोडं उलगडलं. ३५ पौंड वजन फेकण्याच्या स्पर्धेतल्या एका खेळाडूनं धावपटूंना प्रशिक्षण देणाऱ्या सगळ्यांची क्षमा मागितली. अर्थात माझी पण...! क्षणापूर्वी मी, माझ्या दोन वाळलेल्या शेंगेप्रमाणं किडकिडीत असलेल्या धावपटू पोरींच्या मध्ये उभा होतो आणि दुसऱ्या क्षणाला मी व्हर्जीनिया मिलिटरी इन्स्टिट्यूटच्या त्या रबरी धावपट्टीवर आडवा पडलो होतो. वजन फेकण्याच्या स्पर्धेतला हातोडा चक्क पंचवीस फूट बाहेर उडून आला होता. त्या हातोड्याचं वजन, शिवाय त्याचा प्रचंड

वेग या धावपट्टीवर एखाद्या म्हशीला झोपवायला पुरेसा होता, माझ्यासारख्या किडकिडीत धावपटूंच्या प्रशिक्षकाचं काय महत्त्व?

या प्रकरणानंतर प्रशिक्षक राईट हा सगळ्यांच्या दृष्टीनं मैदानावरचा दयनीय विषय होता आणि सरावाच्या बाबतीत तर परिस्थिती दया करावी अशीच होती. पोल व्हॉल्ट (बांबू टेकवून मारायची उंच उडी), अडथळ्यांची शर्यत, उंच उडी, वजन फेक वगैरे स्पर्धांना मी मार्गदर्शन करण्यास असमर्थ होतो, अचानक मला शरीराऐवजी माझ्या बोलण्यावर विसंबून राहावं लागलं, म्हणजे प्रत्यक्ष कृती नव्हती. वसंत ऋतूचा तो काळ असाच वैयक्तिक नैराश्यात, कुढत गेला.

खेळाचं मानसशास्त्र या विषयाचा शिक्षक या नात्यानं मी या निर्णयावर आलो की, लोक त्यांच्या जखमांना, आघातांना एखाद्या आवडत्या व्यक्तीच्या मरणाइतकं समजतात. दुःख व्यक्त करण्याची पहिली पायरी म्हणजे अस्वीकार! मी जायबंदी झालो आणि मला वाटतं त्यापेक्षा माझी क्षमता आता कमी झालीय ही कल्पना मीही उडवूनच लावली होती, परिणामी मी माझ्या संघासोबत अद्यापही धावतच होतो, एक प्रशिक्षक या नात्याने आंतरमहाविद्यालयीन स्पर्धेत खेळतच होतो. या साऱ्या प्रकरणात माझ्या पुनर्वसनाच्या प्रयत्नांकडं माझं दुर्लक्ष झालं. या साऱ्यांमध्ये मी कुठं कमी पडतोय, हे मला सिद्ध होऊ द्यायचं नव्हतं. त्यामुळं मी माझ्या दुखापतीला आणि वास्तवाला नाकारलं.

दुःखाची दुसरी पायरी म्हणजे संताप. मी मग माझ्यावरच संतापलो. माझ्या त्या दुखापतीवर आणि आजूबाजूला जे सगळेजण होते, त्यांच्यावर संतापलो. मी एकदा तर त्या गोष्टीसाठी माझ्या कुत्र्यालाही दोष दिला. माझ्या एका खेळाडूनं फेकलेला भाला जवळपास आमच्याच एका खेळाडूला लागला. अर्थात एकदा भाला फेकल्यावर त्याच्यावर नियंत्रण नसतंच; पण अगदीच तिच्या मैत्रिणीचं डोकं फोडण्यासाठी तो मुद्दाम फेकला होता, असं नाही. त्या वेळी त्या बिचाऱ्या खेळाडूनं माझ्या भरपूर शिव्या खाल्ल्यानंतर पुढं आम्हा दोघांनाही फार वाईट वाटलं. मग मी त्या मुलीनं फेकलेला भाला उचलला आणि 'नेमका' कसा फेकायचा ते दाखवलं. आता या 'नेमका' कसा फेकायच्या नादात भाला जिमखान्याच्या बाहेर गेला आणि बाहेरच्या भिंतीला जाऊन धडकला. या नुकसानीत भर म्हणजे एक सुरा खुपसावा, तशी वेदना

माझ्या पाठीच्या कण्यातून गेली. झालं! सराव इथंच संपला आणि मी मुकाट्यानं माझ्या कार्यालयात जाऊन पाठीच्या वेदना कमी होण्याची वाट पाहत फरशीवर पडून राहिलो.

दु:ख व्यक्त करण्याची तिसरी पायरी म्हणजे तडजोड. मग मी वाटाघाटी करण्याचं कौशल्य शिकलो. धावण्यावर माझं खरं प्रेम आहे आणि या पाठीच्या मारामुळं माझ्या धावण्यावर गदा आली. मग कितीही त्रास होत असला, तरी मी किमान तीन दिवस धावायला सुरुवात केली. चौथ्या दिवशी गोळी, औषध घेऊन पळाल्यासारखा परफटत मी जात असे. मी उपचारासाठी वेळ काढला नाही आणि योग्य पद्धतीनं व्यायाम घेऊन सराव करण्याचा प्रयत्न केला नाही. मी फक्त कुठल्यातरी स्पर्धेत भाग घेण्याच्या तयारीला लागल्याप्रमाणं केलं.

दु:खाची चौथी पायरी म्हणजे नैराश्य. याचा मात्र मी पुरेपूर अनुभव घेतला. माझे अनेक जवळचे मित्र अगदी शपथेवर सांगायचे की, मी जिथं जिथं जाईन, तिथं तिथं माझ्या डोक्यावर एक काळा ढग दिसायचा. माझं वजन कमी होऊ लागलं, माझी भूक गायब झाली, रात्रभर मी या कुशीवरून त्या कुशीवर वळत असे, मला नैराश्य जाणवायचं आणि कितीही प्रमाणात चॉकलेट खाल्लीतरी मला उत्साह येत नसे. आम्ही त्यानंतर पुढच्या वर्षी नॅशनल स्मॉल स्कूलची स्पर्धा जिंकली. खरंतर त्या विजयाप्रीत्यर्थ ठेवलेल्या मेजवानीनं मला जरासा आनंदही झाला. माझे सारे खेळाडू जिंकले होते, पण बिचाऱ्या प्रशिक्षकाला मात्र एका रेषेत भाला काय, साधा टेनिसचा बॉल मारता येत नव्हता आणि फ्रीस्टाईलमध्ये पोहतापण येत नव्हतं.

दु:खाची पाचवी पायरी म्हणजे स्वीकार. माझा सारं काही स्वीकारण्याचा दिवस मेच्या पहिल्या आठवड्यात उगवला. तो दिवस आला आणि गेला. प्रशिक्षणाचं मागचं वर्ष असंच निष्क्रिय आणि निरुपयोगी ठरलं होतं. मी त्याचे परिणाम पाहिले आणि शांतपणे अश्रू ढाळले. एका मित्रानं मला डॉन मिलर्मनचं 'हाउ टू सक्सीड इन स्पोर्ट अँड लाइफ' हे पुस्तक दिलं होतं. मी माझ्या कार्यालयात बसून ते उघडलं तेव्हा मला हेन्री डेव्हिड थोरोचं एक वाक्य त्यावर दिसलं.

'एखाद्यानं अगदी आत्मविश्वासानं आपल्या स्वप्नांचा पाठपुरावा केला आणि त्यानं कल्पना केलेले आयुष्य त्याला प्रत्यक्षात जगायला

मिळाले, तर या यशासोबतच काही अनपेक्षित गोष्टीही त्याला भेटतील.'

त्या क्षणी मला जाणीव झाली की, या दुःखातून, वेदनेतून बाहेर पडायला हवं. या टोचणाऱ्या, भयंकर वेदना देणाऱ्या पाठदुखीनं माझ्या स्वप्रांच्या अगदी विसंगत असं आयुष्य जगायला मला भाग पाडलं होतं. आणि मी जसा असायला हवा होतो, त्यापेक्षा फारच वेगळा होतो. आता या जगण्यातून यश शोधण्याची वेळ आली होती.

मी लगेचच मानसिक आणि भावनिक स्तरावर माझ्या त्या पाठदुखीचा उपचार सुरू केला. मग व्यायामानं, सरावानं त्या स्नायूंना पुन्हा कार्यरत करण्याच्या बाबतीत मी सकारात्मक भूमिका घेतली. माझं पाठीचं दुखणं हे वेगवेगळ्या पाच आजारांचं एक लक्षण असू शकतं (कमरेची क्षीणता, कंबर आखडणं, हॅमस्ट्रिंग स्नायूचा ताठरपणा, क्वाड्रीसेप स्नायूंचा ताठरपणा आणि पोटाचे स्नायू फार अशक्त असणं). हे माहीत असूनही मी दुरुस्त होण्याचं ठरवलं. मी पुन्हा माझी उद्दिष्टं निश्चित केली. या साऱ्या दुखण्यातून पूर्णपणे बाहेर पडल्यावर पाचच महिन्यांनी मी नॅशव्हिले कंट्री म्युझिक मॅरेथॉन पार पाडली. मी एवढ्या वेगानं पूर्वी कधीच पळलो नव्हतो असे नाही, मी पूर्णपणे तणावरहितही नव्हतो; पण तरी ते पळणं सर्वाधिक आनंददायी होतं.

आयुष्यातल्या या नव्या उत्साहानं आणि ध्येयपूर्तीच्या ऊर्जेनं, माझं शरीर आपोआपच तंदुरुस्त होऊ लागलं. वजनं उचलण्याच्या खोलीतही मी सशक्त ठरलो. अचानकच, मी माझ्या दोन वर्षाच्या मुलीला उचलू शकलो आणि वरच्यावर झेलू शकलो. पुढची दोन वर्षे माझं लक्ष ध्येयाकडेच होतं. मी नवं उद्दिष्ट ठेवलं. मी आफ्रिकेत गेलो आणि किलिमांजारो चढलो, मी ऑप्परलॉचियनही पार करू शकलो. मी अनेक मॅरेथॉन स्पर्धांत भाग घेतला. पोहणं, धावणं आणि सायकलिंग अशा तिहेरी स्पर्धेतही भाग घेतला. मी माझ्या खेळाडूंना शिकवणं आणि प्रशिक्षित करणं सुरूच ठेवलं. हातोडाफेकसारखी वजनं फेकायला कसं शिकवायचं, हे शिकवण्यासाठीही गेलो.

माझ्या डॉक्टरांनी मला हे समजावलं की, माझ्या पाठीत थोडीफार वेदना असणं सुरूच राहणार आहे. त्या व्रण पडलेल्या जागेच्या पेशी कधीच पूर्णपणे नाहीशा होणार नाहीत आणि माझ्या खांद्याच्या हाडाची

असमानता माझ्या जराश्या वेगळ्या हालचालींवर मर्यादा आणणारच आहे. मला अशी पण सूचना देण्यात आली की, एकदा मार बसलेल्या जागी संधिवात आपलं मूळ रोवतो. माझी पाठ आता कधीतरी तापमापीप्रमाणे हवामानाचा अंदाज व्यक्त करते. थंडीत ती लाकडासारखी ताठ बनते. मुलांकडून खेळताना उगाचच हरण्यापूर्वी मी माझी पाठ योगासनाच्या मदतीनं ताण देऊन मोकळी करून घेतो. या दुखण्यानं मला हरवणं, मला अमान्य आहे आणि फक्त पडून राहणं आणि असं आयुष्य नुसतं जवळून जाताना पाहणं मला अमान्य आहे. जॅक लंडनसारखा गाजलेला लेखक उगाच नाही ओरडत, 'जगणं हे माणसाचं ध्येय आहे, मरणं नाही.'

– डॉ. पॉल राईट

आम्ही तुम्हाला आरपार बघू शकतो :
निदानाची साधनं

आता या प्रकरणात नावाच्या सामर्थ्याची गोष्ट आहे. १८९५ साली डब्ल्यू. सी. रॉंटजेन यांनी 'रॉंटजेनोग्राम' या यंत्राचा शोध लावला. जरा आठवत असेल तर बघा, आपण लहानपणी त्या चित्रकथांतून रॉंटजेनची किरणं पाहिलेली आहेत आणि सुपरमॅनजवळ रॉंटजेनच्या क्षमतेनं पाहण्याची दृष्टी असते, हे वाचत आपण मोठे झालो आहोत. पण एके काळी ज्याला रॉंटजेनोग्राम म्हणायचे, त्याचं आता सुटसुटीत नामकरण क्ष-किरण म्हणजे एक्स-रे असं झालंय, ही आभार मानावी अशी बाब आहे.

जेव्हा पाठदुखीचा त्रास सुरू होतो, तेव्हा आपले डॉक्टर क्ष-किरण तपासणी, तसेच एम.आर.आय., पेट स्कॅन, बोन स्कॅन, बोन मिनरल डेन्सिटी टेस्ट किंवा कॅट स्कॅन असं त्यांना नेमकं काय हवंय त्याप्रमाणं तपासण्या करायला सांगतात.

'अच्छा..!' तुम्ही म्हणता, 'म्हणजे ते तसलं चिरगुट कमरेला गुंडाळून त्या मशीनमध्ये मी सरपटत जायचं, असंच ना?'

घाबरू नका! आम्ही अशा विविध स्कॅनची माहिती इथं देत आहोत. डॉक्टर त्या तपासण्या कशासाठी करायला सांगतात आणि तुम्ही त्या तपासण्या करून काय मिळवू शकता, हे पण सांगणार आहोत.

● **एक्स-रे अर्थात क्ष-किरण -**

हा शब्द ऐकला की एकदम वैज्ञानिक कादंबऱ्यांतील एखादा शोध वाचतोय की काय, असं वाटतं. ही क्ष-किरणं तुमच्या विशिष्ट अवयवातून आरपार जात असतात. उदा. पाठीतून. विभिन्न घनता असलेल्या पेशीसमूहातून विभिन्न परिमाणाचे किरणोत्सर्ग जात असतात, उदा. हाडं अशा किरणोत्सर्गाचं जास्त शोषण करतात, म्हणून त्यांची प्रतिमा पांढरी उमटते. तुमच्या पाठीच्या संरचनेत काही बिघाड झालाय का, हे क्ष-किरण सहज शोधतं. उदा. हाडांना पडलेली चीर, सरकलेला मणका, मणक्यांमधील कमी झालेलं अंतर, कॅल्शियमचा संचय होणं, शरीरात घुसलेली इतर वस्तू, अगदी मूतखडा, पित्ताचा खडासुद्धा शोधतं.

क्ष-किरणतज्ज्ञ तुमचे इतर अवयव किरणोत्सर्गाचा उपसर्ग होऊ शकणार नाही, अशा शिसोमिश्रित कपड्यांनं झाकतो. नंतर एका विशिष्ट अवस्थेत तुम्हाला बसवतात. तुम्हाला त्याच अवस्थेत बसण्यास सांगून, श्वास क्षणभर रोखून धरायला सांगतात, त्या क्षणाला ते क्ष-किरणांद्वारे तपासणी करतात.

● **एम.आर.आय. -**

एम.आर.आय. (मॅग्नेटिक रिझोनन्स इमेजिंग) मध्ये एक भलामोठा चुंबक आपल्या शरीराभोवती फिरता ठेवतात, ज्यामध्ये तुमच्या पाठीचा वेगवेगळ्या कोनांतून अभ्यास केला जातो, जवळपास २५६ करड्या रंगाच्या रंगछटा यात दिसू शकतात. एम.आर.आय. मध्ये तुमच्या शरीराची आख्खी रचनाच प्रकट होते. नेमकं सांगायचं झालं तर द्रव पदार्थांनी भरलेल्या पेशी (उदा. मणक्यातील द्रव पदार्थ) आणि फार कमी द्रव पदार्थ असलेले अवयव (उदा. चेतातंतू किंवा हाडं) हेसुद्धा फरकानं ओळखता येतं. तुमची पाठदुखी एखादी शीर दबल्यामुळे तर नाही ना, हे पण एम.आर.आय. द्वारे ओळखता येऊ शकतं. एम.आर.आय. मुळं जंतूचा संसर्ग किंवा ट्युमर्स ओळखता येतात.

चुंबक धातूंना आकर्षित करतं, हे तुम्हाला माहीत आहेच. त्यामुळे ज्या लोकांची काही धातू शरीरात घालून शस्त्रक्रिया झालेली आहे, म्हणजे पेसमेकर वगैरे बसवला आहे, अशा लोकांची एम.आर.आय. तपासणी होऊ शकत नाही. काही धातूंवर एम.आर.आय. चा कुठलाच परिणाम होत नाही. पण तरी असे काही धातू तुमच्या शरीरात असतील, तर सुरक्षितपणे असं स्कॅनिंग करता येईल की नाही, हे तंत्रज्ञाना विचारूनच घ्या.

जेव्हा तुमची एम.आर.आय. तपासणी होते, तुम्हाला एका लांबट टेबलावर झोपवलं जातं. ते टेबल हळुवारपणे सरकत तुम्हाला एका मोठ्या मशीनमध्ये घेऊन जातं. पूर्ण एम.आर.आय. स्कॅनिंग होईपर्यंत तुम्ही निवांत झोपणं गरजेचं असतं. ज्याला जवळपास तास लागू शकतो. ही तपासणी अगदी वेदनारहित असते आणि तुम्ही टेबलावर शांतपणे पडलेले असता. जर असं बंद पोकळीमध्ये तासभर झोपणं तुम्हाला कंटाळवाणं वाटत असेल, तर अगदी मोकळ्या जागेत स्कॅन

करू शकणारे स्कॅनर पण असतात. ते जरा सुसह्य असतात. अशक्य असल्यास डॉक्टरांना गुंगीचे औषध देण्यास सांगा.

● बोन स्कॅन्स -

बोन स्कॅन्समध्ये ट्युमरच्या गाठी, रोगांचा प्रादुर्भाव, अस्थिभंग आणि हाडांच्या पेशींत काही दुष्परिणाम असले तर दिसतात. ही तपासणी करण्यासाठी तज्ज्ञ इंजेक्शनद्वारे 'रेडिओट्रेसर' आपल्या शिरेत सोडतात आणि हे ट्रेसर मग तुमच्या दुखापत झालेल्या हाडांपर्यंत नेतात. हे ट्रेसर नष्ट होताना गॅमा किरणं बाहेर पडतात. स्कॅनिंगच्या वेळी कॅमेरा ती गॅमा किरणं टिपतो.

यात कठीण बाब एवढीच आहे की, हे रेडिओट्रेसर त्या दुखापत झालेल्या हाडांपर्यंत पोहचायला दोन ते तीन तास घेतात. (सोबत एक पुस्तक वाचायला ठेवा.) एकदा ट्रेसर तिथं पोहचला की तंत्रज्ञ स्कॅन करायला एखादा तास घेईल. आता किरणोत्साराच्या बाबतीत सांगायचं झालं, तर हे ट्रेसर दोन-तीन तासात नष्ट होतात आणि तुमच्या शरीरातून बाहेर पडायला दोन ते तीन तास घेतात. छातीच्या क्ष-किरण तपासणीत जेवढा किरणोत्सर्ग होतो, त्यापेक्षा कमीच किरणांचा प्रवेश या तपासणीत होतो.

● कॅट स्कॅन किंवा सी.ए.टी. किंवा सी.टी. स्कॅन -

रुग्णाच्या शरीराभोवती क्ष-किरणं फिरती ठेवून ही तपासणी, CAT (म्हणजे कॉम्प्युटेड ऑक्झियल टोमोग्राफी) स्कॅन केली जाते. यालाच CT Scan (कॉम्प्युटेड टोमोग्राफी) असं पण म्हणतात, ज्यामध्ये डॉक्टरांना एखाद्या अवयवाची त्रिमिती प्रतिमा मिळू शकते. यामध्ये मऊ असणाऱ्या पेशी आणि हाडसुद्धा दिसू शकतात, आणि त्यामुळं सरकलेली मणक्यातील चकती, अस्थिभंग आणि इतर पाठीच्या कण्याचे आजारही ओळखू येतात.

एम.आर.आय.प्रमाणेच एका सरकत्या टेबलावर झोपवले जाते. टेबल हळुवारपणे तुम्हाला त्या मशीनमध्ये घेऊन जाते, मग सारा स्कॅनर तुमच्याभोवती फिरतो. त्याच वेळी त्यातून कमी तीव्रता असलेले क्ष-किरण सोडले जातात. ही तपासणी होईपर्यंत तुम्हाला काही मिनिटं पडून राहावं लागतं. आणि तुमचा हल्क किंवा स्पायडरमॅन वगैरे काही होत नाही.

● **बोन मिनरल डेन्सिटी टेस्ट -**

या तपासणीद्वारे विशिष्ट हाडातील कॅल्शियम क्षाराचं प्रमाण मोजलं जातं. कॅल्शियम जास्त असल्यास हाडंही तितकीच सघन असतात. या तपासणीमुळं तुमच्या हाडांची झीज झालेली आहे का (किंवा होण्याची शक्यता आहे का), हे कळतं. जर तुमचा रजोनिवृत्तीचा काळ असेल किंवा कॉर्टिकोस्टेरॉईड्स जास्त प्रमाणात शरीरात गेल्यास डॉक्टर तुम्हाला ही तपासणी करावयास सांगू शकतात. या दोन प्रकारच्या आहेत– पहिली क्वांटिटेटिव्ह सी.टी. स्कॅन, ज्यात वर वर्णन केलेला स्कॅनर वापरतात आणि दुसरी डी.एक्स.ए. टेस्ट, जी अत्यंत महत्त्वाच्या आणि रुग्णाच्या अतिसूक्ष्म तपासणीसाठी करतात.

या तपासणीनंतर टी स्कोअर आणि झेड स्कोअर अशा दोन प्रकारे निष्कर्ष काढण्यात येतो. रजोनिवृत्तीनंतर स्त्रियांमध्ये जी तपासणी केली जाते, त्यात टी स्कोअर त्यांच्या हाडाची सघनता रजोनिवृत्तीच्या वयात न पोहोचलेल्या स्त्रियांच्या हाडांच्या सघनतेसोबत तुलना करून मोजतात. पुरुषांमध्ये टी स्कोअर त्यांच्यापेक्षा कमी वयाच्या पुरुषांच्या हाडांच्या सघनतेशी तुलना करते. स्कोअर जर -१ पेक्षा जास्त असेल, तर हाडाची सघनता सामान्य आहे, असे समजतात. -१ ते -२.५ म्हणजे कमी सघनता आणि हाडे ठिसूळ होण्याची शक्यता जास्त आणि -२.५ म्हणजे हाडे ठिसूळ झाली आहेत. जर तुम्हाला त्यापूर्वीच अस्थिभंगाचा, म्हणजे हाड मोडण्याचा त्रास झाला असेल, तर, त्याचा अर्थच असा की तुमची हाडे ठिसूळ झाली आहेत आणि आता डी.एक्स.ए. तपासणीची गरज नाही. तथापि, उपचारासाठी जर अत्यावश्यक वाटत असेल, तर तपासणी केलीही जाते.

झेड स्कोअरमध्ये तुमच्या या सघनतेची तुलना वजन, वय, लिंग, वंशाच्या दृष्टीनं एका सामान्य व्यक्तीची किती असावी, अशी तुलना केली जाते. तपासणीअंती, काही धोका आहे का आणि घनता किती आहे, यावर डॉक्टर उपचार कसा करायचा ते ठरवतात.

● **पेट स्कॅन -**

पॉझिट्रॉन इमिशन टोमोग्राफी (PET) स्कॅन हा बोन स्कॅनप्रमाणे कार्य न करता स्नायूंवर सहजपणे काम करतो. पेट स्कॅनद्वारे अवयवाची

रचना आणि कार्य, तसेच एखादा विकार म्हणजे ट्युमर वा इतर काही सहज ओळखता येते.

तपासणीसाठी तंत्रज्ञ थोडंसं रेडिओट्रेसर शिरेतून देतात. त्यांनी नेमकं कुठं इंजेक्शन दिलं, त्याप्रमाणं साधारण साठ मिनिटांनंतर ते रेडिओट्रेसर एखाद्या विशिष्ट ठिकाणी जमतात. मग तुम्हाला सरकत्या टेबलावर झोपवलं जातं, जे हळुवारपणे स्कॅनरच्या यंत्रातून नेते. मग पेट स्कॅन त्या रेडिओट्रेसरने किती ऊर्जा उत्सर्जित केली, ते शोधतो आणि संगणक त्याचं रूपांतर त्रिमिती चित्रात करतो. या प्रकाराला साधारण पंचेचाळीस मिनिटं लागतात आणि सारी तपासणी होईपर्यंत तुम्हाला पडून राहावे लागते.

तपासणीपूर्वीची साधारण माहिती

तपासणीपूर्वी खालील प्रश्न तुम्ही डॉक्टरांना विचारू शकता.

- या तपासणीपूर्वी मी कोणती पूर्वतयारी करायला हवी?
- (तुम्हाला अंगावरचे काही दागिने काढावे लागतील किंवा तपासणीपूर्वी जेवणात काही बदल करावे लागतील.)
- मी गरोदर असताना तपासणी केली तर चालेल का?
- शरीरात काही धातूच्या पट्ट्या घातलेल्या आहेत; तपासणी चालेल का?
- काही न चालणाऱ्या द्रव्याचं इंजेक्शन मला देतील का?
- जर मला किडनीचा त्रास असेल तर, या द्रव्याचा माझ्या किडनीवर काय परिणाम होईल? (तुम्हाला नेमकी कोणत्या डायटची ॲलर्जी आहे, हे माहीत असल्यास ते तंत्रज्ञास सांगा.)
- तपासणीला किती वेळ लागेल?
- या तपासणीनं कोणकोणत्या प्रकारचे आजार कळू शकतील?
- माझी विमा कंपनी याचा खर्च देईल का?

  (या साऱ्या तपासण्या तशा महागड्याच आहेत. जर त्यांना पैसे देण्याची विमा कंपनीची क्षमता नसेल, तर तो भुर्दंड तुम्हाला सोसावा लागेल.)
- अजून मला माहीत असावं, असं काही आहे?

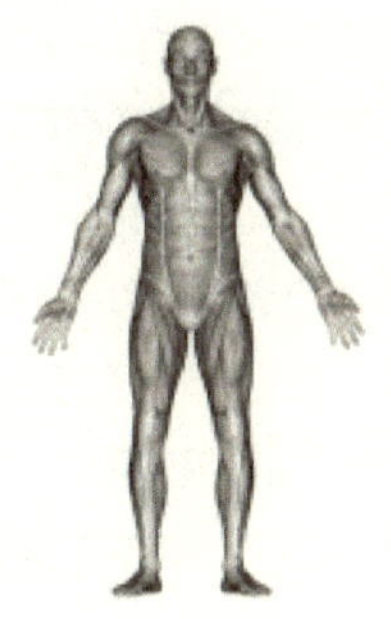

धावण्यासाठी न जन्मलेली

धावणं म्हणजे विशेष काहीतरी आहे आणि ते मी करावंच, असं मला वाटल्याचं काही आठवत नाही. तथापि, माझा एक मित्र चांगला धावपटू होता आणि माझा हा चांगला मित्र धावला पण छान! माझी एक जबरदस्त जर्मन धावपटू मैत्रीण होती, मॉक्सी. जी अतिशय गांभीर्याने सराव करायची.

मी जरा थोडंसं अंतर धावायला सुरुवात केली. मॉक्सी माझ्यापेक्षा कदाचित तीसपट पुढे असेल, मी मात्र चालणाऱ्यांपेक्षा थोडीशी पुढे असायची, पण मी पुढे जाईपर्यंत मॉक्सीची सराव आटोपून आरामाची वेळ झालेली असायची.

मग माझी सोफीची भेट झाली, जी व्यावसायिक धावपटू आहे. तिच्यासोबत तिचा आवडता कुत्रा जिंजरही असतो. आश्चर्याची बाब म्हणजे सोफीने मला प्रशिक्षण देण्याचं ठरवलं. तिनं तिचं वेळापत्रक आखलं आणि आठवड्याला एकदा भेटण्याचं ठरवलं. तिनं माझ्यासोबत धावण्याचा सराव पण केला. इतर कुणाला असं कासवासारख्या धावणाऱ्या व्यक्तीसोबत धावणं नको वाटायचं. सोफीनं अतिशय गांभीर्यानं माझ्याकडे लक्ष दिलं आणि मी पण तेवढाच प्रतिसाद दिला. मी जरा सक्षम होत चालले आणि वेग पण वाढला. मॉक्सीची भरभराट झाली. माझी पण चिडचिड जरा कमी झाली.

धावताना सुरुवातीला मला छान वाटायचं. म्हणजे मला फार आनंद झाला, असं म्हणायचं नाही, पण चांगलं वाटायचं. मला ओरेगॉनसारख्या लहानशा गावाबाहेर केलेल्या धावण्याच्या सरावापासून साऱ्या गोष्टी अगदी स्पष्टपणे आठवतात.

मॉक्सी आणि मी एका तलावाजवळ धावण्याचा सराव करायचो, पोहायचो, पुन्हा धावायचो. आम्हाला वाटेनं हिरवळ लागायची, जुन्या फळबागा आणि सोनेरी गवतांची माळरानं लागायची. इथं मला छाती भरल्यासारखी वाटायची, बऱ्याचदा वेदनापण... पण मी हे हसण्यावारी घालवायचे. मला जग एकदम विशाल आणि सुंदर, निरोगी वाटायचं, माझंही त्यात एक अस्तित्व होतं. बस्, एवढं मला पुरेसं वाटायचं.

जेव्हा मी टेबलाजवळ बसून काम करण्याची नोकरी स्वीकारली, तेव्हा त्रास सुरू झाला. त्या वेळी मी माझं प्रबंधलेखनाचं काम करीत होते. मी घरीपण कम्प्युटरसमोर बसलेली असायचे. मला लगेच वेदना जाणवायच्या. पाठीचा मणका कमरेच्या हाडाला जिथं जोडलेला असतो, तिथंच त्या सुरू व्हायच्या. मग एक चमक एका पार्श्वभागातून पार पायाकडे खाली जायची. वेदना चांगली स्पष्टपणे आणि तीव्रतेनं जाणवायची, जवळपास आठवडाभर हे चाललं. प्रत्येक दिवशी सायंकाळी मी पडून राहायचे. आठवड्याच्या शेवटी मी पार निराश, रडवेली झाले होते.

माझी डॉक्टर मख्ख होती.

"जर तुला तुझ्या पाठीचं वाटोळं करून घ्यायचं असेल, तर खुशाल पळत जा..."

मला माझ्या या डॉक्टरचा मनमोकळा स्वभाव फार आवडायचा; पण ती एवढी कधीच कडक वागली नव्हती.

"माझा स्वत:चा अनुभव असा आहे की, धावपटू माझ्या बोलण्याकडं लक्ष देत नाहीत" ती पुढे म्हणाली, "पण तुझी पाठ धावण्याच्या क्षमतेची अजिबात नाहीये."

मी थोडीफार उपचाराच्या आशेनं गेले होते. असं टोकाचं निदान मला अपेक्षित नव्हतं. पण मला आश्चर्यही वाटलं नाही. काही वर्षांपूर्वी दुसरा एक डॉक्टरही मला असंच कठोरपणे म्हणाला होता, 'तुझे अवयव काही जागच्याजागी नीट बसवलेले नाहीत.'

दोन्ही डॉक्टर माझं 'स्कोलिओसिस'चं निदान करीत होते. या आजारात पाठीचा कणाच एका बाजूला वाकडा असतो, जो माणसाचं शरीरच एका बाजूला अक्षरश: फेकतो. असला स्केलिओसिसचा आजार असलेली माणसं खरंतर धावू शकत नाहीत, कारण पाठीच्या कण्याचे एका रेषेत नसलेले मणके पळण्याचे दणके खाल्ल्यावर हा आघात सहन करू शकत नाहीत.

तेराव्या वर्षीच स्कोलिओसिस झाल्याचं निदान मला कळलं होतं. एका नाटकाच्या निमित्तानं बऱ्याच वेळा रंगमंचावर गेल्यानंतर माझ्या एका शिक्षिकेची कुजबुज मला ऐकू आली, 'आपण तिला समजावू शकतो का?' पँटला पट्टे बसवावे एवढी काही पाठ वाकडी झाली नव्हती. डॉक्टरांनी त्या वेळी सांगितलं होतं की, त्रास वाढेल की नाही, हे काळच ठरवेल. त्या काळानं मला ते मी तिशीत गेल्यावर सांगितलं.

डॉ. वेनेटांनं सल्ला दिल्याप्रमाणं मी पळणं सुरूच ठेवलं, पण शारीरिक व्यायामाच्या उपचाराकडंही लक्ष दिलं. माझ्या फिजिकल थेरपीस्टनं सांगितलं की, पाठीचा मणका सरकलाय. दाब कमी करण्यासाठी मणका त्याच्या जागेवर ढकलायचा आणि ती मधली चकती जागेवर जाईल, असं काही करायचं, हा त्यांच्या उपचाराचा हेतू होता. पण त्या बिचाऱ्याचा हात आणि माझे मणके यांत असंख्य पेशी होत्या आणि बऱ्याचदा मला त्याचाच त्रास व्हायचा. शेवटी हेच स्पष्ट झालं. उपचार वाया गेले. मी धावणं थांबवायचं ठरवलं.

दरम्यान माझ्या वेदना जरा आटोक्यात आल्या, पण माझं वजन आणि उत्साह मात्र तेवढा आटोक्यात राहिला नाही. शिवाय मॉक्सीच्या बाबतीत माझं पश्चात्ताप दाखवणारं मीटर लाल दिवा दाखवायला लागलं. मला रात्री धावण्याची, दम लागल्याची, स्नायूंची आणि वेगाची स्वप्न पडायची! माझ्या चेहऱ्याला वारा स्पर्श करतोय, असं वाटायचं, अन् मग स्वप्नातच मला आठवायचं की, मी काही पळू शकणार नाही. स्वप्नातच ढांगा टाकणं मी बंद केलं की, आनंदाच्या ऐवजी विषाद जाणवायचा.

अनेक वर्षे मी धावणं बंद ठेवलं आणि माझं दुखणं मला जमेल तसं आटोक्यात ठेवलं. मी एका फिजिकल थेरपीस्ट, म्हणजे व्यायामाच्या साहाय्यानं उपचार करणाऱ्या तज्ज्ञाबद्दल ऐकलं. इतरांना जे जमलं

नाही, ते तिनं केलंय असं मला कळलं. मी तिला फोनवर सारं काही सांगितलं, तिनं मला काही प्रश्न विचारले आणि म्हणाली, 'सहज होऊ शकतं. नक्की...!'

मेलिंडाकडे पोहचण्यासाठी मी मैलोगणती गाडी चालवली. एक वाळू-दगडानं भरलेला रस्ता तुडवला आणि जंगलाच्या दुसऱ्या टोकाला पोहचले. त्या झाडांमधून जाणारा रस्ता सरतेशेवटी तिच्या कार्यालयापर्यंत पोहचत होता. तिनं मला तपासलं आणि त्या माझ्या कमरेच्या वर थोड्याशा वाकलेल्या कुबडाची खात्री करून घेतली. पाठीचा कणा त्यातूनच खाली गेला होता आणि कमरेच्या खालच्या हाडाचा एक भाग जरा पुढे वाकला असल्यानं मला बसायला, चालायला आणि पळायला त्रास होत होता. मेलिंडा जेव्हा मला तपासत होती, मी जंगलातील झाडांकडं लक्ष देत होते आणि पक्ष्यांचा मंजूळ आवाज ऐकत होते. तिनं मला काही सोपे व्यायामप्रकार दाखवले आणि मला परतवलं.

हा सारा अनुभव मला एखाद्या गोष्टीसारखा होता. मेलिंडा खरंच चांगली जादूगारीण. होती, असं मी म्हणायला हवं. त्यानंतर मग मी अनेक डॉक्टरांना भेटले. तिनं जे सांगितलं तेच त्यांनीही सांगितलं. पण सुधारणा खरोखरच होती, वेदना नष्ट झाली. तीन वेळा गेल्यानंतर मेलिंडाने मला पळण्याची परवानगी दिली.

आता मी धावते, वेग न वाढवता, तोच वेग कायम ठेवत. त्या वेळी मॉक्सी मात्र जलद चालते, कधीतरी पळतेही! दुसऱ्या दिवशी माझ्या डोक्यावरुन टर्की उडून पुढे जातोय, हे पाहून तिला धक्का बसतो. मला स्कोलिओसिस असल्यानं मी वेगानं पळायचं नाही, हे मेलिंडाने मला सांगितलंय. हे बरंच झालं. दोनेक दिवसांत तीन मैल पुरेसं आहे.

– हिलरी हार्ट

हस्तकौशल्याचे उपचार

तुमच्या पाठीवर चाललेला उपचार कदाचित 'कडकड, खडखड, कुरकुर' असा आवाज करीत असेल किंवा कदाचित छानपैकी मसाजपण होत असेल किंवा कदाचित त्या उपचारात गरम शेक, किंचित तणाव देणं वा व्यायामपण असेल.

तुमचे डॉक्टर तुमची पाठदुखी दुरुस्त व्हावी, यासाठी कदाचित किरोप्रॅक्टर किंवा शारीरिक व्यायामाच्या साहाय्याने उपचार करणाऱ्या डॉक्टरांकडं पाठवतात. ते नेमकं काय हे बघू.

● किरोप्रॅक्टर -

औषधं नाही आणि शस्त्रक्रिया पण नाही - किरोप्रॅक्टर हा तुमचा पाठीचा कणा आपल्या हस्तकौशल्यानं व्यवस्थित करीत असतो, ज्यामुळं पाठीच्या शिरांवर पडणारा दाब कमी होतो आणि जोडांची हालचाल व्यवस्थित होते. परिणाम जाणवेल एवढा खोलवर दाब देऊन किरोप्रॅक्टर हे सारं करतो किंवा बऱ्याचदा कमी दाब पण देतो. बऱ्याचदा तो दुसरे उपाय पण करतो, म्हणजे विजेचे करंट देणं (जे मेंदूला पाठवल्या जाणाऱ्या वेदनांच्या प्रखरतेपेक्षा जास्त असतात.), मसाज, अल्ट्रासाउंड (यात ध्वनिलहरींचा वापर पेशी बऱ्या करण्यासाठी करतात) आणि आहारातील बदल.

किरोप्रॅक्टरकडे जाणं हे एखाद्या एम.डी. डॉक्टरकडं जाण्यासारखंच असतं. तो तुमच्या आजाराची पूर्ण माहिती घेतो आणि तुमच्या एक्स-रेचा, तसेच इतर लॅबोरेटरी टेस्टचा अभ्यास करतो. त्यानंतर तुमच्यावर कोणत्या पद्धतीनं उपचार केला तर फायदेशीर होईल, ते ठरवलं जातं.

किरोप्रॅक्टरचे उपचार आठवड्याला तीन ते पाच वेळा याप्रमाणं एक-दोन आठवडे चालतात. जर तुम्हाला त्या पद्धतीनं काहीच बरं वाटलं नाही, तर दुसऱ्या पद्धतीनं उपचार केले जातात किंवा दुसऱ्या किरोप्रॅक्टरकडे पाठवतात किंवा दुसरा उपाय सुचवतात.

किरोप्रॅक्टर शोधण्यासाठी तुमच्या नेहमीच्या डॉक्टरांकडं चौकशी करा, मित्रांना किंवा कुटुंबीयांना त्यांच्या ओळखीचा कुणी चांगला

किरोप्रॅक्टर आहे का, हे विचारा किंवा इंटरनेटवर (chirodirectory.com) त्याचं नाव, पत्ता वगैरे शोधा. लक्षात ठेवा, किरोप्रॅक्टर चांगले शिकलेले आणि त्यांच्याजवळ या कामाचा परवाना आहे का, हे पहा.

● फिजिकल थेरपीस्ट-शारीरिक व्यायाम करून घेणारा तज्ज्ञ -

फिजिकल थेरपीस्ट विशिष्ट हालचाली आणि स्पर्श यांच्या साहाय्यानं संधिवात, आघात, काही कॅन्सरसारखे आजार आणि इतर काही गोष्टींमुळं होणाऱ्या वेदना बऱ्या करतात. वेगवेगळ्या प्रकारचे थेरपीस्ट वेगवेगळ्या प्रकारचे उपचार करतात. म्हणजे काही लहान मुलांवर उपचार करतात, तर काही मोठ्यांवर तर काही वेगवेगळ्या आजारांवर उपचार करतात (काही चेतासंस्थेशी संबंधित आजारावर उपचार करतात, म्हणजे मेरुदण्डातील मेरुरज्जूवर... वगैरे) हे उपचार करणारेही व्यायाम, विजेचे करंट, गरम वा थंड शेक, मसाज, अल्ट्रासाउंड किंवा इतर तंत्राचा वापर करून वेदना कमी करतात आणि तुमची क्षमता, लवचीकता आणि हालचाल वाढवतात.

थेरपीस्ट तुमच्या आरोग्याची पूर्ण तपासणी करतो आणि तुमच्या सर्व जोडांची आणि मांसपेशींची स्थिती काय आहे, हे पण पाहतो. त्यानंतर कोणत्या प्रकारचा उपचार करायचा ते ठरवतो. दवाखान्यातच तो उपचार करता येतो असं नाही, तर तो व्यायामप्रकार तुम्ही घरी पण करू शकता, म्हणजे ते सारं शिकवतात आणि तुम्ही पुढच्या वेळी भेटायला येण्यापूर्वी घरीच तो व्यायामही करू शकता.

असा थेरपीस्ट शोधण्यासाठी तुमच्या डॉक्टरांना विचारा, कदाचित ते चांगल्या थेरपीस्टकडं पाठवतील. मित्रांना वा कुटुंबीयांना विचारा, त्यांच्यापैकी कधी कुणी कुणा थेरपीस्टकडं उपचार घेतले असतील. थेरपीस्टचं चांगलं शिक्षण झालेलं असतं आणि त्यांच्याकडं परवानाही असतो.

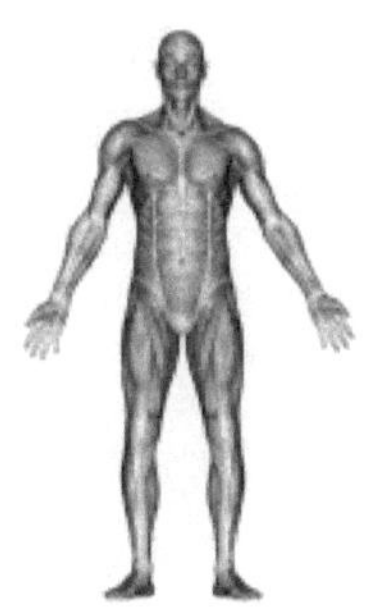

कधीच न संपणारा उत्साह

माझा नवरा निक त्याची फ्रान्सची सहल कधीच विसरणार नाही. पण ते तिथल्या नैसर्गिक सौंदर्यामुळं नाही, तर त्याला झालेल्या अपघातामुळं.

साहसाची आवड असलेला निक वयाच्या पंधराव्या वर्षी इंग्लंडमधून सहलीसाठी फ्रान्सला गेला. या सहलीत तो पर्वतारोहणातील आनंद आणि त्रास काय असतो, ते शिकला. आनंद याचा झाला होता की, साऱ्यांसोबत तो थेट कड्यापर्यंत जाऊ शकला होता. पण जवळपास १८० फुटांवरून पडल्यानं त्याला वेदनाही तेवढ्याच झाल्या.

निक जवळपास दहा दिवस रुग्णालयात बेशुद्धावस्थेतच होता. कॅथोलिक धर्मगुरू त्याला शांती मिळावी म्हणून शेवटच्या प्रार्थना म्हणत असताना तो जागा झाला. तुम्ही जगण्याची इच्छा ठेवून जागं होत असतानाच कुणी तुम्हाला, 'तुम्ही आता शांतपणे मरणार आहात', असं सांगण्याइतकं विचित्र जगात काहीच नाही. निक चिडला होता... त्यानं जगायचं की नाही, हे ठरवणारे धर्मगुरू कोण?

आता त्या क्षणी निकचा प्रश्न हा होता की, त्याला खूप जोरात लघवी लागली होती. त्याला फ्रेंच भाषेतले दोन-चार शब्द यायचे. 'पी..पी..' असं त्या सुंदर नर्सला सांगूनही तिला काही कळलं नाही. त्यानं शेवटी खाणाखुणा करीत बाटलीचा आकार दाखवला.

थोडंफार इंग्रजी येणारा अल्जेरियन माणूस तिथं होता, त्यानं थोडाफार भाषांतराचा प्रयत्न केला. त्यानं निकला 'कळलं' असं म्हणून तो सरकला आणि मोसंबीच्या रसाची एक बाटली घेऊन आला. निकसाठी अजून एक सोय झाली, त्यानं त्या बाटलीत सू सू करण्यापूर्वी ती आख्खी रिचवली.

वर्तमानपत्राच्या बातमीदारांचा एक जत्था दारासमोर आला, तेव्हाच त्याच्या आईवडिलांना ही खबर कळली. त्याच्या उपचारासाठी त्याच्या वडिलांनी त्यांचा विमा विकण्याची तयारी दाखवली होती.

निकची तुटलेली हाडं जोडण्यासाठी डॉक्टरांनी त्याला पार मानेपासून कमरेपर्यंत प्लास्टरमध्ये जखडलं होतं. तो जेव्हा घरापासून दूर रुग्णालयात खितपत पडला होता, फ्रान्समधल्या वर्तमानपत्रांत त्याची सारी कथा छापली गेली. ती वाचून तिथली मुलं त्याला चॉकलेट, बिस्किटं घेऊन भेटायला यायची. घराबाहेरचं, विशेषत: रुग्णालयातलं बेचव जेवण जेवणारा निक ती सगळी चॉकलेट, बिस्किटं फस्त करायचा. काहीही फिरणं नसल्यानं त्याचं पोट वाढलं होतं. जणू आता कमरेच्या मोडलेल्या हाडांतून निघणाऱ्या वेदनेशी स्पर्धा करायला ते वाढत होतं. जेव्हा तो वेदनेनं तळमळायचा, त्याला घातलेल्या प्लास्टरच्या छिद्रातून त्याचं वाढलेलं पोट बाहेर पडे आणि मगच त्याला जरा बरं वाटे.

ग्रेनोबल रुग्णालयात निक कित्येक आठवडे, त्याचे वडील इंग्लंडहून त्याला नेण्यासाठी येईपर्यंत पडून होता. मग त्याला तसंच झोपवून पॅरिसला नेण्यात आलं, जिथं तो रात्रभर ब्रिटिश मिलिटरी रुग्णालयात होता.

निकला दिवसातून तीन इंजेक्शन्स द्यावी लागत आणि ती रुग्णालयातील एक नर्स अगदी हळुवारपणे देत असे. आता इथं सहा फुटांपेक्षा जास्त उंच, धिप्पाड सैनिकासोबत सामना होता. पण या माणसाची शक्ती आणि अतिशय सौजन्यपूर्ण वागण्यानं हे सोपं केलं.

इंग्लंडमध्ये असताना एकदा, निकवर देशातल्या एका नामवंत बाल रुग्णालयात उपचार करण्यात आले होते. त्या रुग्णालयाचं नाव होतं रॉली ब्रिस्टॉल. त्याला तिथं असं सांगण्यात आलं होतं की, त्याच्यावरचे उपचार म्हणजे फक्त त्याच्या पाठीचा कणा व्यवस्थित करणं आहे. त्याला फक्त सहा महिने रुग्णालयात पडून राहावं लागेल, पण त्यानंतर आयुष्यभर मात्र

कमरेला पट्टा वापरावा लागेल. हा एक पर्याय आहे किंवा मग प्लास्टर घातलेल्या अवस्थेत मणके नैसर्गिक रीत्या जोडले जाऊ देणं, हा एक पर्याय होता. कदाचित त्यासाठी त्याला दोनेक वर्ष रुग्णालयात पडून राहावं लागेल, जे त्यानं मागाहून स्वीकारलं.

प्लास्टर घातलेल्या अवस्थेतही निक त्रासापासून सुटला असं नाही. चाकाच्या खुर्चीवर बसल्याबसल्या इतर तरुण रुग्णांसोबत त्यानं जोरात खुर्ची नेण्याची शर्यत लावली आणि एका जग्वार गाडीचं नुकसान केलं.

अखेर तो चालायला लागला, तसा तो पेंग्विनसारखा अवतीभवती फिरायला लागला. त्याला बसवलेलं प्लास्टर काढण्याचा निर्णय झाला, तेव्हा त्याचा अक्षरश: एक कार्यक्रमच मेडिकल कॉन्फरन्सच्या व्यासपीठावर घेण्यात आला. ते काढल्यावर तो पडू नये, म्हणून त्याला धरण्यासाठी काहीजण थांबले होते. अर्थात त्यांना ते समाधान निकनं मिळू दिलं नाही. पण यापुढे सर्वसामान्यांप्रमाणं, अगदी मजा घेत जगायचं असेल तर चालणं शिकावं लागेल, हे त्याच्या लक्षात आलं.

चाळिशी पार करता करता आपण नर्सिंगचं प्रशिक्षण घ्यावं, असं त्यानं ठरवलं. पण त्याची पाठ तितकीशी सक्षम नाही, या कारणास्तव त्याला नाकारण्यात आलं. त्यानं आपण सक्षम असल्याचं सिद्ध केलं, आपल्या व्यवसायात नाव कमावलं.

आता वयाच्या ६३ व्या वर्षीही निक एकदम धडधाकट आहे आणि अर्ध्या वयाची माणसं असतात तसा सक्षम आहे. त्यानं कमी वजन उचलण्याची सूचना देणारा एक पट्टा बसवलाय, म्हणजे जास्त वजन उचलण्याची कुणी सूचना करीत नाही. तो घरातील सारी कामं करतो, बागेत कामं करतो आणि कुत्र्यासोबत पळतोपण!

त्याला त्याच्या अपघाताविषयी आता फारसं आठवत नाही, तो फार उंचावर उभं राहू शकत नाही आणि तो दूरदर्शनवरच्या कार्यक्रमात जरी कुणी सुळक्यावर चढलेलं दाखवलं, तरी तो खुर्चीचे हात घट्ट पकडतो. पण एवढ्या वर्षात तो एक मात्र शिकला की, मोडलेली पाठ म्हणजे मोडलेलं आयुष्य नाही. आणि त्यामुळंच त्याचा उत्साह कधी खंडत नाही.

— मॅरी कुक

'लवकर बरं' होण्याची मोहीम : शस्त्रक्रिया

कधीकधी तुमची पाठ तुम्हाला इतका त्रास देत असते की, तुम्हाला अखेर असं म्हणावंसं वाटतं– 'त्या शस्त्रक्रियेच्या टेबलावर नेऊन काय करायचं ते करा.' शेवटी, जर शस्त्रक्रियातज्ज्ञ तुमचा त्रास झटकन संपवून टाकू शकत असेल, तर कुणाला ते नकोय?

पण घाई करू नका. शस्त्रक्रिया ही एक गांभीर्यानं विचार करण्याची बाब आहे. आणि बऱ्याचदा फिजिकल थेरपीचे व्यायाम, औषध, किरोप्रॅक्टिक अशा बाह्य उपचारांनी दुखणं बरं होऊ शकतं आणि त्याला थोडा वेळ पण द्यावा लागतो. बऱ्याच रुग्णांसाठी पाठीच्या कण्याची शस्त्रक्रिया करणं गरजेचं ठरतं, त्या वेळी शक्य तेवढ्या तज्ज्ञांशी तुम्ही स्वत: चर्चा करा, स्वत: घरी अभ्यास करा, विचार करा आणि शस्त्रक्रियेला जाण्यापूर्वी बाकी साऱ्या पर्यायांचा विचार करा.

कोणती शस्त्रक्रिया?

जर तुम्ही तुमच्या पाठदुखीवर अंकुश ठेवण्यासाठी शस्त्रक्रियेचा पर्याय निवडला असेल, तर तुमच्या दुखण्याप्रमाणं तज्ज्ञ खालील प्रकारच्या शस्त्रक्रिया सुचवू शकतात–

- **डिसेक्टॉमि (Discectomy)** - ही दोन प्रकारची, ओपन किंवा मायक्रो अशी असते. त्यामुळे दबलेल्या शिरांच्या मुळावरील दाब कमी होतो.

- **स्पायनल फ्युजन** - स्पाँडिलोलिस्थेसिस (Spondylolisthesis) सारखा आजार असल्यास, म्हणजे एक मणका दुसऱ्यावर सरकला, तर ही शस्त्रक्रिया करतात, यामध्ये मणके एकमेकांना जोडतात, ज्यामुळं चेतातंतू आणि मज्जारज्जूवरचा दाब कमी होतो.

- **फोरामिनोटॉमी** - यात कमीत कमी भाग उघडून पाठीच्या कण्याच्या मुळाशी असणाऱ्या चेतातंतूभोवतीची जागा मोकळी केली जाते.

- **डिस्क रिप्लेसमेंट सर्जरी** - ज्या लोकांमध्ये मणक्यातील चकती झिजते, त्यांच्यासाठी ही शस्त्रक्रिया आहे, ज्यात ती खराब

झालेली चकती काढून नवी धातूची चकती टाकतात. (ही शस्त्रक्रिया अजूनही प्रायोगिक स्तरावरची आहे आणि काही मोजक्या शल्यतज्ज्ञांकडून केली जाते.)

- **स्पायनल स्टेनोसिस सर्जरी** - ज्या रुग्णांमध्ये पाठीच्या कण्यातील पोकळी, ज्यात मज्जारज्जू असतो, तिचं आकुंचन झाल्यास ही शस्त्रक्रिया करतात. यामध्ये ती पोकळी वाढते आणि मणके एकमेकांना जोडले जातात, कारण बरीच हाडं काढली गेल्यानं पाठीचा कणा स्थिर राहू शकत नाही, त्याला आधाराची गरज असतेच.

- **इन्ट्राडिस्कल इलेक्ट्रोथर्मल ॲन्यूलोप्लास्टी (IDET)** - काही मणके सरकले किंवा झिजले तर ही शस्त्रक्रिया करतात. तज्ज्ञ कॅथेटरचा वापर करून मणक्यातील चकतीला ९० अंश सेल्सियस म्हणजे १९४ अंश फॅरनहाईट इतकी उष्णता देऊन त्यास योग्य तो आकार देतात.

शस्त्रक्रियेपूर्वी -

शस्त्रक्रियेला जाण्यापूर्वी तुम्ही स्वतःची मानसिक तयारी केली पाहिजे. आपण शांत आणि आत्मविश्वासपूर्ण आहोत, असं तुम्हाला वाटलं पाहिजे आणि त्यानंतर दुरुस्त होईपर्यंतचा काळ सहजपणे सारं सहन करता आलं पाहिजे. मानसिक दृष्ट्या तयार होण्यासाठी काय काय करायला हवं, यासाठी काही सूचना –

- **माहिती गोळा करा -**

तुम्हाला जर या प्रक्रियेविषयी सारी काही वैद्यकीय माहिती हवी असेल, तर ती गोळा करा. शस्त्रक्रिया कशी करतात, दुरुस्त व्हायला किती दिवस लागणार. ही माहिती तुम्ही तुमच्या नेहमीच्या डॉक्टरांकडून घेऊ शकता. तसेच पुस्तकांतून किंवा नेटवरून माहिती मिळवू शकता.

पुढे गुंतागुंत होऊन काय त्रास होऊ शकतो, हे माहीत करून घ्या आणि आपण शस्त्रक्रियेला होकार देण्यापूर्वी एकापेक्षा अधिक शल्यक्रियाविशारदांचा सल्ला घ्या.

- **वेदनाशमनासाठी काय योजना आहे, याची माहिती घ्या -**
  शस्त्रक्रियेनंतर तुम्हाला होणाऱ्या वेदनांचं निराकरण कसं केलं
  जाईल, हे ऐकून तुमची शस्त्रक्रियेबद्दलची अस्वस्थता कमी होईल.
  तुमच्या डॉक्टरांना वेदनाशामक औषधांविषयी विचारून घ्या.
  शल्यतज्ज्ञाला हे पण विचारून घ्या की, कुठल्या प्रकारच्या
  वेदना होऊ शकतात आणि फारच सहन न होण्यासारखं झाल्यास
  डॉक्टरांचा फोननंबर घ्या.

- **खोलवर शिथिल ठेवणारे व्यायाम प्रकार** औषधोपचार, संपूर्ण
  शरीराची शिथिलता (विशिष्ट अवयवावर लक्ष केंद्रित करून)
  किंवा तुम्हाला शांत ठेवू शकणारं तंत्र शिका. तुमच्या डॉक्टरांना
  विचारा किंवा Meditation for Dummies (By Stephan Bodian,
  2006) यासारखी पुस्तकं वाचा.

शस्त्रक्रियेनंतर -

शस्त्रक्रियेनंतर लवकर बरं होण्यासाठी तुम्ही काय करावं आणि
काय करू नये, हे डॉक्टरांना विचारून घ्या. बरं होताना शस्त्रक्रिया
यशस्वी होतानाची लक्षणं दिसली तर काय करावं, हे विचारा. कदाचित
फिजिकल थेरपीसारखा व्यायामप्रकार ते सुचवतील. फिजिकल थेरपीस्ट
गार पाण्याच्या पट्ट्या, विद्युत् प्रवाहाचा वापर आणि इतर उपायांनी
वेदना कमी करू शकतो, बरं होण्यासाठी जीवनशैली बदलून देऊ
शकतो, तुमच्या नव्यानं शस्त्रक्रिया झालेल्या पाठीला धोका निर्माण न
करता शस्त्रक्रियेनंतर हालचाल सुलभ व्हावी म्हणून काही सुचवू शकतो.

शल्यतज्ज्ञ आणि रुग्णालयाची निवड

शल्यतज्ज्ञ आणि रुग्णालयाच्या बाबतीत विचार करताना पाठीवरच्या जास्तीतजास्त शस्त्रक्रिया कुठं झाल्या आहेत आणि कुणी केल्या, हे विचारावे. जेवढा अनुभव जास्त, तेवढाच फायदा जास्त. चांगला शल्यतज्ज्ञ आणि रुग्णालयाच्या निवडीसाठी सूचना –

* तुमच्या डॉक्टरांना ज्या शल्यतज्ज्ञाबद्दल अगदी आत्मविश्वास असेल आणि ज्याच्याकडं त्यांनं अगदी घरच्या रुग्णांनापण पाठवलेलं असतं, असा आत्मविश्वास असलेला तज्ज्ञ निवडा.

* रुग्णालयाला फोन करून चौकशी करून ते नोंदणीकृत आहे का, याची चौकशी करा. अशा रुग्णालयांच्या दर्जासाठी काही नियम ठरवलेले असतात आणि त्यांचे बाहेरच्या लोकांनी मूल्यमापनही केलेले असते.

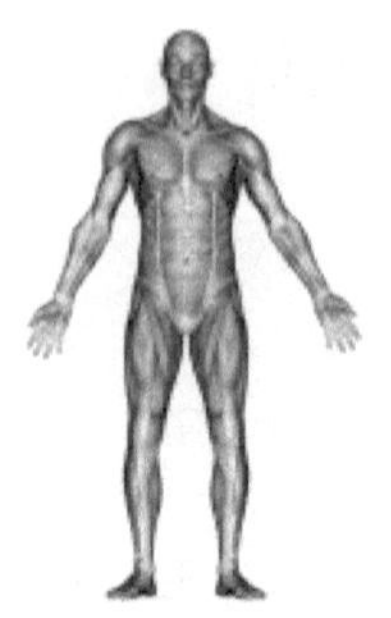

मी कशाची बनलेली आहे

तंबू ठोकण्यासाठी लागणाऱ्या नव्या मेखी खरेदी करून मी नुकतीच परतले होते. पुढच्याच महिन्यात मला एका भटकंतीला जायचं होतं. ग्रँट अव्हेन्यूजवळून मी वळले, उजव्या लेननं गाडी चालवत होते. पोलिसांची एक कार डाव्या लेनमधून सरळ उजव्या लेनमध्ये सरळ माझ्या ट्रकसमोर आली. आम्ही एकमेकांवर धडकलो, तसे मी ब्रेक्स दाबले.

आम्ही दोघंही घसरतच गेलो. तो पोलीस त्याच्या कारमधून पळतच बाहेर आला. आणि माझ्या खिडकीतून डोकावत त्याने विचारले "ठीक आहात ना? मी तुम्हाला पाहिलंच नाही. तुम्ही माझ्या नजरेच्या टप्प्यापलीकडे असाल.'' तो तरुण होता आणि घाबरला पण होता. तो नवखा आणि अननुभवी असावा, असा मी अंदाज केला.

काही क्षणांतच वेगवेगळ्या पदांवरचे पोलीस अधिकारी तिथं दिसू लागले. रस्त्यावरचा अपरिचित वाटसरू ज्याने प्रत्यक्ष अपघात पाहिला होता, तो खिडकीतून डोकावला आणि त्याने मला त्या नवख्या पोलिसाला बोला, असे सुचवले. मला खरंतर धक्का बसला होता, तरी मी ट्रकबाहेर पडले आणि त्या नवख्या पोलिसाकडे निघाले. त्या बाकीच्या अधिकाऱ्यांनी त्या नवख्याभोवती लगेच कोंडाळे केले, शांतपणे त्याला दुसऱ्या गाडीत बसवून निघून गेले.

वैद्यकीय मदत देणारे आले आणि मला अतिदक्षता विभागात दाखल होण्याचा सल्ला देऊ लागले, पण मी नकार दिला. मी विचार केला, रक्तस्राव नाही, हाडं तुटली नाहीत. माझ्या त्या ट्रकलाच काही करणं भाग होतं.

पण नंतर त्याच रात्री मला जीवघेण्या वेदना सुरू झाल्या. माझे खांदे दुखू लागले. माझी मान आखडली. माझी पाठ आणि कंबर ठसठसली. माझ्या मैत्रिणींनी आणि शेजाऱ्यांनी मिळून मला रुग्णालयात हालवलं आणि मग माझ्या एकांतातल्या घरी...!

दुसऱ्या दिवशी सकाळी जेव्हा मी उठले, माझा प्रत्येक अवयव हालचाल करण्यास त्रास देत होता. मी आडवी पडलेली असो, बसलेली, चाललेली किंवा उभं राहिलेली, नुसत्या वेदना चालू होत्या.

वेदना असूनही मी माझं काम चुकवलं नाही. मी रोजच गाडी चालवत टकसन शहराबाहेर जायची, ती पंचेचाळीस मिनिटं प्रचंड वेदनामय असायची. वार केल्यासारख्या वेदना माझ्या पाठीत फिरून माझ्या पार्श्वभागाच्या उजव्या बाजूतून थेट पायापर्यंत जायच्या. काम संपल्यावर मी आठवड्यातून दोन वेळा किरोप्रॅक्टरकडे जायची, आणि फिजिओथेरपीस्टकडे एकदा जायची. सुटीच्या दिवशी दिवसभर आरामशीर पडून राहायची, नाहीतर रडत बसायची.

मी एक भटकी आहे. मी माझं वर्णन याच शब्दात करू शकते. आणि आता परिस्थिती अशी होती की, मी माझ्या रोजच्या रस्त्यावरूनही चालू शकत नव्हते. माझ्या ट्रकमधून उतरून घरापर्यंत चालत जाताना मला श्वास रोखून धरावा लागत होता. माझा उजवा पार्श्वभाग पार आखडला होता आणि जेव्हा मी ब्रेक लावण्यासाठी पुढं झुकायची माझा अख्खा पाय जायबंदी झाल्यासारखा व्हायचा.

माझं सारं आयुष्य भटकंतीभोवती बांधलं गेलं होतं. मी माझ्या पदभ्रमंतीच्या आवडत्या ठिकाणापासून फक्त तीन मैल दूर राहायची आणि तिथूनच कामकाजाला जायची. हेतू हाच की, सुटीच्या दिवशी अंथरुणातून उठल्यावर काही मिनिटांतच तिकडं भटकंतीला जाता यावं.

भटकंती हेच माझ्या जिवंतपणाचं लक्षण होतं. असं तासन् तास पावलामागं पावलं टाकत फिरताना आणि त्याच लयीत श्वसन करताना

माझा मेंदू शांत होत असे. जिकडं मी भटकत जायची, तिथं मी जाऊन शांतपणे बसायची आणि कान देऊन भूमीची धडधड ऐकायची, जिथं बसले त्या दगडाखाली मला जाणवणारी पृथ्वीची लयबद्ध धडधड माझ्या हृदयाचे ठोके लयबद्ध करायची.

आता प्रत्येक आठवड्याला मी माझ्या त्या प्रशिक्षकावर विसंबून होते. नैराश्यग्रस्त, दुःखी आणि विचारग्रस्त अशा अवस्थेत असलेली मी कोण आहे आणि मला साधं भटकता का येत नाही, या विचारानं त्रस्त होते. मग मला वाचनालयात डेव्ह बॅरीची पुस्तकं सापडली. तिथून मी सारी मागवून घेतली, घरी आणली. ज्या अंगावर झोपल्यावर कळ लागणार नाही, त्या अंगावर झोपून तासन् तास वाचत राहिले. ती वाचताना बऱ्याच वेळा मी स्वतःशीच इतक्या वेळा हसले की, आपण श्वास मिळवण्याच्या धडपडीपोटी करतो, तसा गोंधळ घातलाय.

अनेक आठवडे असेच गेल्यानंतर सरतेशेवटी माझ्या लक्षात आलं की, मी निव्वळ एका भटक्यापेक्षा काही आणखीही आहे. मी सतत काम करणाऱ्या यंत्रापेक्षा वेगळी काही आहे. मी म्हणजे स्वतः 'मी' आहे, माझ्यातलं जे काही अस्तित्व आहे, ते मी आहे. माझ्यातल्या साऱ्या भावभावना, माझं हसणं आणि माझ्या वेदना मी आहे. मला या क्षणापर्यंत पोहचवणारे सारे अनुभव पण मीच आहे. मी म्हणजे माझ्या शरीरापलीकडलं, काळाच्या बंधनाबाहेरचं, वेदनेपलीकडचं तरल, मधुर असं सारतत्त्व आहे.

या गोष्टीला आता साडेदहा वर्षं उलटली आहेत. दरम्यान मला पुन्हा चार वेळा कारचे अपघात झाले. सारे फारसे घातक नव्हते, पण त्या मूळ अपघाताच्या स्मृती आणि वेदना चिघळवणारे होते. मी अनेक तज्ज्ञ, किरोप्रॅक्टर, फिजिकल थेरपीस्ट, अस्थितज्ज्ञ, मसाज करणारे आणि ऑक्युपंक्चर करणारे अशा अनेकांचे उपचार घेतले. माझ्या आहारात, माझ्या बसण्या-उभं राहण्यात, माझ्या चालण्यात अनेक बदल झाले आहेत. आयुष्यभर जवळपास मी रोज अर्धा तास वेगवेगळा व्यायामप्रकार करीत आले. अद्यापही क्वचितच एखादा दिवस असा उजाडतो, ज्या दिवशी उठताना वेदना जाणवत नाही. या दहा वर्षांत मी किती वेळा लंगडत डोंगर चढले, याची गणती नाही. तसंच एखाद्या भेदरलेल्या पोरासारखं बोलताना मी किती वेळा दात आवळून धरले, याची मोजदाद करता येणार नाही.

सहा महिन्यांपूर्वी मी माझा चाळिसावा वाढदिवस पाठीवर जरासं ओझं वागवत, जराशी भटकंती करीत साजरा केला. मी एकटीच गेले आणि फक्त रात्रभरच थांबले. जवळपास माझ्या वाढदिवसाला भेट म्हणून मिळालेल्या नव्याकोऱ्या तंबूचं पंचवीस पौंडांचं ओझं वागवत मी गेले. फार दूर नाही गेले. पण गेलेच. आणि मी जशी पुन्हा परतून माझ्या कारजवळ आले, मी हवेत हात उंचावले, एखाद्या जिंकलेल्या योद्ध्याप्रमाणं! आणि माझ्या आवडत्या रॉकी चित्रपटातलं गीत डोळ्यांतून अश्रू वाहत असताना म्हटले. ते आनंदाश्रू होते.

— अँडी ब्लूस्टेन

औषधोपचाराचं नियोजन

वेदना, वेदना दूर जा, फिरकू नको, उद्या पुन्हा...

जर तुमची पाठ दुखत असेल, तर तुमचा डॉक्टर तुम्हाला दुकानातून आणता येण्याजोगी काही औषधं लिहून देईल. कदाचित तुमचं जे पाठदुखीचं कारण आहे, म्हणजे हाडं ठिसूळ होणं वगैरे, त्यावरही तो औषधं देऊ शकतो किंवा पाठदुखीमुळं होणाऱ्या नैराश्य येण्यासारख्या परिणामावर पण औषधं देऊ शकतो. ही सारी औषधं गोंधळात टाकणारी असतात, अशा वेळी असे औषधोपचार सुरू करण्यापूर्वी डॉक्टर कोणकोणती औषधं लिहून देऊ शकतो, ते पहा.

स्टेरॉईडविरहित प्रदाह कमी करणारी औषधं (Nonsteroidal Anti - Inflammatory Drugs NSAIDS)

जर पाठीत आग होत असेल तर डॉक्टर अशा प्रकारची औषधं देऊ शकतात. अशा वेळी आयब्युप्रोफेन, नॅप्रोक्झेन आणि कॉक्स-२ इन्हिबेटर्ससारखी औषधं कपाटात पडलेली असतात. आता अभ्यासाअंती असं सिद्ध झालंय की, कॉक्स २ इन्हिबेटर आणि NSAID मुळे हृदयविकारासारखे आजार होऊ शकतात. या धोक्याविषयी डॉक्टरांशी बोला आणि पर्यायी उपायांची चर्चा करा. दुसरी बाब, NSAID सारख्या औषधांच्या अधिक वापरामुळं पोट खराब होणं, अल्सर, यकृत किंवा मूत्रपिंड खराब होणं होऊ शकतं. त्यामुळं अशी कुठलीही औषधं सुरू करण्यापूर्वी डॉक्टरांना भेटा, औषधांवर लिहिलेली सूचना वाचा, डॉक्टरांशी चर्चा करा आणि मगच औषधं सुरू करा.

● **ओपॉईड वेदनाशामक (गुंगी आणणारे)**

कोडिन, हाड्रोकोडोन, ऑक्सिकोडोन आणि प्रोप्रॉक्सिफेनसारखी ओपॉईड वेदनाशामकं तुम्हाला आणि तुमच्या वेदनेला एकमेकांपासून दूर ठेवतात. त्यामुळं शस्त्रक्रियेनंतरच्या वेदना दूर करण्यासाठी ती वापरतात. सहसा अशी औषधं दोन आठवड्यांपेक्षा कमी काळ वापरतात. कारण मग शरीराला त्यांची सवय होते. ही फार प्रभावी असतात आणि

त्याचं व्यसनं लागू शकतं. म्हणून ही डॉक्टरांच्या सल्ल्यानं आणि चिट्ठीनंच देतात. (फार जुनाट विकार असेल, तर तज्ज्ञ डॉक्टरांच्या देखरेखीखाली ही औषधं जास्त काळ देतात.)

● अस्थी ठिसूळ झाल्यावरचे उपचार -

अस्थी ठिसूळ झाल्यावरची ॲलेन्ड्रोनेट, रीसेड्रोनेट, आयबॅनड्रोनेट, रॅलोक्झिफेन, टेरापेरॅटाईड आणि कॅल्सिटोनिन सारखी औषधं अस्थींचा होणारा ऱ्हास वाचवतात आणि त्या मजबूत होण्यास मदत करतात. या साऱ्याच औषधांचे कसेही दुष्परिणाम होऊ शकतात आणि म्हणूनच डॉक्टरांच्या मार्गदर्शनाखाली ती घ्यावीत. ॲलेन्ड्रोनेट, रिसेड्रोनेट आणि आयबॅनड्रोनेटमुळे अन्ननलिकेचा प्रदाह होण्याची शक्यता असते, त्यामुळं पाण्यासोबत घेऊन पुढे अर्धा ते एक तास न झोपलेलं चांगलं. कॅल्सिटोनिनं नाकाच्या त्वचेची आग होते. (याचा नेहमी नाकात मारण्याचा स्प्रे असतो) पण तरी इतर औषधांपेक्षा सौम्य असतं.

● स्नायू शिथिल करणारी औषधं (Muscle Relaxants)-

कॅरिसोप्रोडॉल, सायक्लोबेन्झाप्राईन आणि डायझेपामसारखी औषधं मेंदूवर परिणाम घडवून शरीर शिथिल करतात आणि स्नायूतील तणाव दूर करतात, त्यायोगे जाणवणारी वेदना दूर करतात. पण त्यांची सवय लागू शकते. तसेच डोळ्यांवर झापड येते, त्यामुळे डॉक्टरांच्या सूचना तंतोतंत पाळा.

● स्टेरॉईड्सच्या गोळ्या-

या प्रदाहनाशक गोळ्या फारतर एक, दोन आठवडे एवढ्याच काळापुरत्या घेण्याजोग्या आहेत. प्रथम मोठ्या प्रमाणात डोस घ्यावा लागतो आणि तो हळूहळू कमी करीत न्यावा लागतो. थोड्या दिवसांपुरते घेण्यानं फारसा त्रास जाणवत नाही, तरी थरथर (कंप) होणं, झोप न लागणं, भूक वाढणं असे त्रास जाणवू शकतात, पण फार दिवस स्टेरॉईड्स वापरल्यानं वजन वाढणं, अस्थी ठिसूळ होणं, पोटात अल्सर होणं वगैरे त्रास होतात. मधुमेह असणाऱ्यांनं फार काळजीपूर्वक घेणं गरजेचं आहे, कारण साखर प्रचंड वाढू शकते.

● न्यूरोप्लेप्टिक ड्रग्ज (आचके थांबवणारी औषधे)

गॅबॉपेंटिन आणि प्रेगॅबोलिनसारखी औषधं चेतातंतूंच्या वेदना थांबवतात.

(सायटिका वगैरे.) यांचं व्यसन वा सवय लागत नाही, बऱ्याच काळपर्यंत घेता येतात. फक्त काही रुग्णांना चक्कर येणं, थकवा वा मळमळ होणं, असे त्रास जाणवतात. औषधांवरची माहिती वाचून खात्री करून घ्यावी.

● नैराश्य दूर करणारी औषधं (Antidepressants)

सततच्या पाठीच्या दुखण्यानं नैराश्य येतं आणि या नैराश्यानं पाठीचं दुखणं पण वाढू शकतं. अशा वेळी डॉक्टर अशी औषधं वापरून ही साखळी तोडतात. अशा औषधानं कोणकोणते दुष्परिणाम जाणवतात, ते डॉक्टरांना विचारा.

माझी ही औषधोपचारांची यादी मी डॉक्टरांना दाखवू शकतो, जेणेकरून ते माझ्या पाठदुखीवर योग्य उपचार करू शकतील.

मी मागं केलेले उपचार आणि त्याचे मला जाणवलेले काही दुष्परिणाम असे

मी सध्या घेत असलेले औषधोपचार आणि त्यांचे काही दुष्परिणाम -

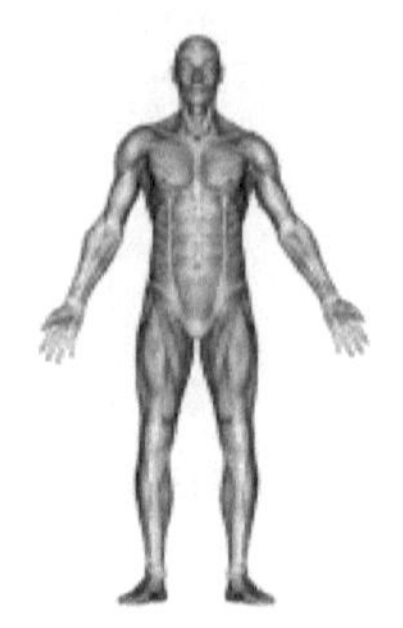

छोटीशी डॉक्टर

माझ्या पहिल्या गर्भारपणाच्या वेळी मी माझ्या वाढत जाणाऱ्या मुलीचं ओझं अक्षरश: पाठीवरच घेतलं होतं किंवा दुसऱ्या भाषेत सांगायचं झालं तर त्या गर्भारपणाच्या काळात माझ्या पाठीच्या कण्याने सतत वेदनाच दिल्या. तिच्या जन्मानंतर वेदना अजूनच प्रखर झाल्या. अर्थात, त्या वेदना सहन करणं इतकं अवघड होतं की, मी आणि माझ्या नवऱ्यानं आमच्या मदतीसाठी माझ्या आईला सोबत बोलावून घेतलं. दोन वर्षांनंतर, माझी ती दोन वर्षांची पोर माझ्या खोलीत येऊन टीव्ही पाहत बसायची, तेव्हा मी अक्षरश: दु:खी व्हायची. अनपेक्षितपणं तिनं एकदा विचारलं, 'ममी, तुझी पाठ का दुखते गं?'

असं काही लहान मुलांनी विचारल्यावर तुम्ही काय उत्तर देणार? असं सांगणार का की, तू पोटात असताना गर्भारपणात हे पाठीचं दुखणं सुरू झालं आणि तुझा जन्म झाल्यावर ते वाढलं? मी तिला काहीतरी उत्तर देणार, तेवढ्यात मेगॉन मला म्हणाली, "तू झोपलेली असताना पाठ दुखते आणि उभी असतानाही दुखतेच; तर मग तू उभी राहून मला आइसक्रीम खायला का नेत नाहीस?"

तिच्या या सल्ल्यानं मी हसू लागले. मग तिला म्हटलं की, आजीकडे जा आणि तिला फिरायला येते का विचार. माझी आई तिला बाहेर घेऊन जाण्यापेक्षा सरळ फ्रीजमधलं आइसक्रीम काढून देईल, हे

मला माहीत होतं. त्यामुळे मी उठले आणि माझ्या मुलीला स्वतःच ते काढून दिलं. अखेर एके दिवशी असाच टीव्हीवरचा कार्यक्रम पाहून मी झोप काढली, मग काही वेळानं उठले आणि विचार केला, का नाही त्या दुखण्याकडं दुर्लक्ष करून मी माझं आयुष्य जगू शकत? मेगॅन म्हणते त्याप्रमाणं मी झोपले काय आणि चालले काय, वेदनेत काहीच फरक पडत नसेल, तर असं टीव्हीवर मम्मी-डॅडी-बेबींची नाटकं पाहत पडण्यापेक्षा बाहेर पडून मी आनंदानं का जगू नये?

मी माझ्या मुलीला आवाज देऊन बोलावलं आणि म्हणाले की, जा माझे बूट घेऊन ये, आपल्याला बाहेर जायचं आहे. 'खरंच?' ती ओरडली आणि माझा पाय धरून ओढू लागली, त्यामुळं थेट माझ्या मेंदूपर्यंत कळ गेली आणि जाण्याचं रद्द करावं की काय वाटू लागलं. पण एकदा का तुम्ही मुलांना आइसक्रीम खायला जाणार असं सांगितलं की, परतीचा मार्ग नसतोच.

माझ्या आईला वाटलं, हिला वेड लागलंय. चालायचं म्हणते. पण मी माझं आयुष्य ज्या पद्धतीनं जगत होते त्याविषयीही ती कधी काय म्हणाली होती? मला मदत व्हावी म्हणून जेव्हा केव्हा वेदना असह्य व्हायच्या, तेव्हा ती येई आणि आमच्यासोबत राहत असे.

कपडे वगैरे घालून मी दारापर्यंत गेले. मी धडपडत होते, मेगॅन पुढे पळत होती. आम्ही आइसक्रीमच्या दुकानात जाऊन आइसक्रीम घेईपर्यंत माझ्या पाठीला प्रचंड कळ लागली होती आणि उभं राहण्यासाठी काय करावं, हे मला उमजत नव्हतं. सुदैवानं माझी पोरगी आइसक्रीमचा कोन खाण्यात इतकी मग्न झाली होती की, वेदनेनं माझ्या डोळ्यांतून वाहणाऱ्या अश्रूंकडं तिचं लक्ष गेलं नाही. आईला आम्हाला घेण्यासाठी बोलवावं की काय, असं मला वाटलं. तेवढ्यात माझ्या मुलीनं खाली बसण्याचं ठरवलं. मी वाकत कशीबशी बसले, तेव्हा माझ्या मुलीच्या निरीक्षणाची वेगळीच चुणूक मला पाहायला मिळाली. ती म्हणाली, ''ती खिडकीतली बाई माझ्या डोक्याच्या वर कशी?''

मी वळून पाहिलं, तेव्हा माझ्या लक्षात आलं की आपण एका योग शिकवणाऱ्या संस्थेसमोर बसलो होतो. छान, मी विचार केला, मी वेदनांचा आज तिरस्कार करण्याचं, हे एक कारण असावं. मी चार पावलं चालू शकले असते, पण योगासन करण्याचा प्रश्नच येत

नव्हता. एक गोष्ट धड जमत नव्हती, दुसऱ्याचं काय? पण गंमत म्हणजे, त्याच क्षणी मेगॅनला शी लागली.

आता क्षणभर विचार करून हा केवळ योगायोग आहे, असे न म्हणता मी तिला घेऊन त्या योग शिकवणाऱ्या संस्थेच्या इमारतीत गेले. मी तिथल्या स्वागतकक्षात बसलेल्या स्त्रीला विचारलं की, आम्ही इथल्या सुविधा वापरू शकतो का? आम्ही परत निघाल्यावर मी तिचे आभार मानले आणि तिला सहज म्हणाले की, माझी योगासनं शिकण्याची फार इच्छा आहे, पण माझी पाठ फार दुखते आणि चालताना फार त्रास होतो, त्यामुळं जमत नाही. ती म्हणाली, योगामुळं पाठदुखी तर कमी होईलच, शिवाय एवढे लवचीक व्हाल की, या दोन वर्षाच्या पोरीसोबत पळू शकाल. तिनं मला फक्त त्या वर्गाला येण्याविषयीचीच माहिती दिली असं नाही, तर तिथंच त्यांची लहान मुलांना सांभाळण्याचीपण व्यवस्था असल्याचं सांगितलं.

हे सारं चार वर्षांपूर्वी घडलं. आता मी योग प्रशिक्षक बनण्यासाठी शिक्षण घेत आहे. मेगॅन सात वर्षांची झालीय. ती तशीच चळवळी पण वयाच्या मानानं जास्त परिपक्व आहे. माझी आई जवळच राहत आहे. दोन वर्षांपूर्वी मला दुसरं मूल झालं आणि गर्भारपणात मी बोटीनं प्रवास केला. माझ्या मुलीनं केवळ मला अंथरुणातूनच नाही उठवलं, तर योगासनं शिकायला भाग पाडलं, त्याबद्दल मी देवाचे आभार मानते. अजूनही कधी पाठ दुखते, पण कधीतरीच आणि योगासनं माझ्या वेदना कमी करतात, याची मला खात्री आहे.

- फेनिक्स हॉल

उपचाराचे जरा वेगळे पर्याय :
पूरक आणि पर्यायी उपचारपद्धती

एकाच उपचारपद्धतीला चिकटून बसलात, तर तुमची पाठदुखी जास्त होऊ शकते. पर्यायी उपचारपद्धती म्हणजे ॲक्युप्रेशर, मसाज आणि संमोहन यांचा उपयोग वेदनेवर नियंत्रण मिळवण्यास चांगला होतो.

आता अशा काही उपचारपद्धतींचा आपण विचार करणार आहोत. तुम्ही कोणती पद्धत निवडली आहे हे तुमच्या डॉक्टरांना पण सांगा, म्हणजे ते त्यासाठी योग्य आणि सोपी अशी औषधं देऊ शकतील.

● ॲक्युपंक्चर

चिनी औषधोपचारपद्धतीच्या परंपरेनुसार चैतन्याला किंवा जीवनशक्तीला 'चि' म्हणतात, जी आपल्या शरीरातून वाहत असते. (ताई चि आणि क्वीगाँग वाचा.) जेव्हा या जीवनशक्तीचा ('चि' चा) प्रवाह खंडित होतो, तेव्हा आपण आजारी पडतो आणि वेदना जाणवते. ॲक्युपंक्चरद्वारे– म्हणजे चांगला तज्ज्ञ जेव्हा सुईच्या साहाय्यानं विशिष्ट बिंदूवर ती सुई टोचतो, तेव्हा तो प्रवाह पुन्हा सुरू होतो. (हा प्रकार किंचित वेदना देणारा असला, तरी सुया इतक्या सूक्ष्म असतात की वेदना जाणवत पण नाही.) तुमचा 'चि'वर विश्वास नसला, तरी या गोष्टीवर विश्वास ठेवायला हरकत नाही की, ॲक्युपंक्चरमुळं शरीरात प्रदाह-विरोधी रसायनाचं वहन सुरू होतं, त्यामुळे मेंदूतल्या वेदनाशामक एन्डोर्फिनला मदत होते आणि प्रतिकारक्षमता वाढते.

तुमच्या भागात ॲक्युपंक्चरचा तज्ज्ञ कोण आहे, याचा शोध घ्या. यलो पेजेसमध्ये शोध घ्या, www.acufinder.com वर शोधा. अशा तज्ज्ञानं प्रशिक्षण घेतलंय का, याचा शोध घ्या.

● मसाज उपचार -

स्पर्शानं बऱ्याचदा बरं वाटतं. उदाहरणार्थ, ज्या बाळांना स्पर्श केला जात नाही, जवळ घेतलं जात नाही, ती खंगतात आणि ज्यांना जवळ घेतलं जातं ती चांगली गुबगुबीत होतात.

मसाज उपचारपद्धतीत उपचार करणारे चापट्या मारतात किंवा काही विशिष्ट बिंदूंवर दाब देतात. त्यामुळं तणाव कमी होतो आणि जैविक शक्ती वाहू लागते. त्याचे अनेक फायदे होतात. त्यामुळं शिथिलता वाढते, तणाव निर्माण करणारे कॉर्टिझॉनसारखे स्राव कमी होतात. शरीरातील विषाक्त पदार्थ बाहेर पडतात, वेदना कमी होतात आणि उत्साह वाढतो. आपल्याला हे माहीतच आहे की, पाठदुखी ही धोक्याची घंटा असते.

● संमोहन -

वैद्यकीय संमोहनतज्ज्ञ तुमचा चेहरा निरखत बसत नाही किंवा खोट्या खोट्या जर्मन भाषेत तुम्हाला तुम्ही कोंबडा झालात, हे सांगत नाही. वास्तव असं आहे की संमोहन तुमच्या इच्छेवर कार्य करतं, इच्छेविरुद्ध नाही. संमोहनतज्ज्ञ रुग्णाला फक्त मनाची कवाडं उघडून अर्धजागृत मनाला त्यानं दिलेल्या चांगल्या सूचना स्वीकारायला लावतं. अभ्यासाअंती असं सिद्ध झालंय की, कॅन्सर, शस्त्रक्रिया, अर्धशिशी आणि पाठदुखीच्या अनेक रुग्णांत त्याचा चांगला फायदा होतो. पाठदुखी निर्माण करणारे वजन, धूम्रपानादी सवयींसाठी संमोहन चांगलं.

● योगासनं -

डोक्यावर उभं राहिल्यानं पाठदुखी थांबेल का?

पैज लावा. योग वेगवेगळ्या हालचालींच्या साहाय्याने, श्वासाच्या तंत्रानं आणि विभिन्न आसनांच्या साह्यानं शरीर आणि मन यांचा संवाद जुळवून आणतं. ही प्राचीन पद्धती तुम्हाला लवचीक, तणावमुक्त आणि सशक्त बनवू शकते, हा पाठदुखीवरचा उत्तम उपाय आहे. चांगला योगशिक्षक शोधून उपचार करा.

● ध्यान -

जर तुमची पाठदुखी तणावामुळं त्रास देत असेल, तर ध्यान हा उत्तम उपाय आहे. ध्यान अनेक प्रकारे केलं जातं. बऱ्याच वेळा मंत्राद्वारे आणि श्वासावर लक्ष केंद्रित करून केलं जातं. ध्यान फारसं कठीण नसतं, पण वारंवार केल्यानं मनाच्या शिथिलीकरणाची अनुभूती येते.

ओंकाराचा उच्चार कसा करायचा हे शिका. 'मेडिटेशन फॉर डॉम्मीज', स्टीफन बोडियन २००६, हे पुस्तक वाचा.

● **ताई चि आणि क्वि गाँग (याला ते चिगाँग म्हणतात)**

चिनी व्यायामप्रकारानं तणाव नाहीसा होतो, क्षमता वाढते आणि संतुलनपण वाढतं. अगदी बर्फावर घसरलं तरी पाठीला काही होत नाही. यात हळुवार आणि वारंवार केल्या जाणाऱ्या हालचाली, श्वासाचं तंत्र, अंतर्मनावर लक्ष वाढवतात.

पर्यायी भोंदू उपचार टाळा

इतर साऱ्या व्यवसायांप्रमाणंच पर्यायी आणि पूरक उपचारपद्धती पण बाजारात भरपूर आहेत. अशा बोगस उपचारपद्धती आणि वैद्य यांबाबत सावध रहा, या मंडळींना तुमच्या आरोग्यापेक्षा आपलं पाकीट भरणं महत्त्वाचं वाटतं.

- भोंदू डॉक्टर हमखास दुरुस्तीची खात्री देतो.कुठलीही विशिष्ट उपचारपद्धती तुमच्या वेदना शमवू शकते, पण पूर्णपणे बरं होण्याची छातीठोक खात्री नाही.

- तुम्हाला अस्वस्थ करणारे उपचार घेण्याबद्दल आग्रह धरणाऱ्या डॉक्टरांना पुन्हा भेटू पण नका.

- असा डॉक्टर जो तुमच्या शरीराची दोष नष्ट करणारी नैसर्गिक क्षमता वाढवण्याची औषधं देण्याची खात्री देतो, त्याला टाळा.

- बाजारात मिळणारी काही औषधं (उदा. हर्बल रेमेडिज आणि काही रसायनं) ज्यांत अद्भुत अशी गुप्त औषधी असल्याचा दावा केला जातो, ती घेऊ नका.

- जाहिरातबाजी करणारी औषधं परस्पर घेऊ नका. (माझी पाठदुखी या औषधानं क्षणात गेली, माझे दात शुभ्र आणि चमकदार झालेत...वगैरे जाहिराती)

- बुद्धीचा वापर करा. प्रत्येक चांगली दिसणारी गोष्ट चांगली असतेच असं नाही. जर काही गैरसमज असतील, तर विचार करा.

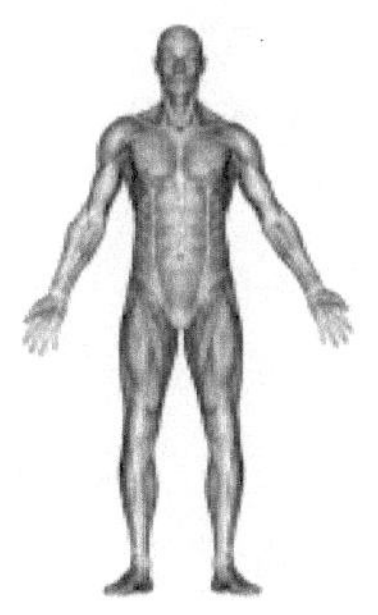

एका वेळेस एक पेपर

मी माझं स्वतःचं वर्णन करायचं झालं तर असं म्हणेन की, मला खाण्याचं व्यसन आहे. जरा वेगळ्या भाषेत सांगायचं, तर मी 'वजनदार' आहे. त्याचा एक दुष्परिणाम म्हणजे सततची पाठदुखी. बसणं, उभं राहणं, आडवं झोपणं असो किंवा काही उचलणं, वाहून नेणं, काही का काम असेना, माझी पाठ आपली सारखी दुखतच असते.

मी मग माझ्या पाठदुखीसाठी काही करण्याचं ठरवलं. जवळपास दीडशे पौंड वजन वाहणाऱ्या पाठीचं ते दुखणंच मला बरं करायचं नव्हतं, तर भविष्यात त्यामुळं होऊ शकणाऱ्या इतर आजारपणालाही टाळायचं होतं. माझा महत्त्वाचा प्रश्न होता व्यायामाचा. अशी पाठदुखी असताना मी माझं शरीर कसं बरं हालवू शकेन? हातपाय ताणणं, धावणं, वजन उचलणं आणि इतर व्यायाम मी करूच शकत नव्हते; कारण माझी पाठ अशी गाठ बसल्यासारखी घट्ट होती.

पण मी हळूहळू सुरुवात केली. मला पेपर टाकण्याचं काम मिळालं, जो खरंतर वजन कमी करण्याचा मार्ग नव्हता. तथापि मी ते स्वीकारलं आणि लक्षात आलं की, मला प्रत्येक पेपर घरांच्या व्हरांड्यात टाकायचा आहे. म्हणजे याचा अर्थ मी प्रत्येक वेळी माझ्या गाडीबाहेर यायचं, चालत आत जायचं आणि पेपर व्हरांड्यात फेकायचा. सर्वसामान्य माणसाला हे काही फारसं वाटणार नाही, पण तीनशे पौंड वजनाच्या

बाईने तीनतीनदा गाडीतून बाहेर यायचं, चालत घरापर्यंत जाऊन पेपर टाकायचा आणि असं सत्तेचाळीस वेळा करायचं म्हणजे चेष्टा नाही. मला माहीत होतं की, यामुळे केवळ पाठदुखीच वाढणार नाही, तर हालचालही बंद होईल.

आता जे काय झालं ते गमतीदार होतं. पहिला दिवस आला, मी प्रत्येक वेळी माझ्या गाडीतून बाहेर पडले. सत्तेचाळीस घरं चालत गेले, आले आणि पुन्हा गाडीत बसले. असं सकाळी सकाळी केलं आणि अनेक वर्षांत नव्हता असा घाम फुटला. मी कशीबशी घरी पोहचले, अंथरुणावर पडले आणि झोपले. बरेच तास झोपून मी उठले, तेव्हा माझ्या लक्षात आलं की, मला वाटलं होतं तशी माझी पाठ अजिबात दुखत नव्हती, उलट मोकळं वाटत होतं.

त्यानंतर प्रत्येक आठवड्याला माझी पाठदुखी हळूहळू कमी होत असल्याचं माझ्या लक्षात आलं. मग मला असं वाटलं, सकाळी चालणं जर एवढं फायद्याचं, तर अजून जरा त्यात व्यायामाची भर घातली, तर जास्त उपयोग होईल. मग मी अगदी सहज हे करण्याचं ठरवलं. एक वेळ थोडासा हलकासा व्यायाम करायचा आणि त्या टीव्हीवर उगाच सिनेमा पाहत बसण्यापेक्षा मुलांबरोबर खेळायचं. याचा दुसरा परिणाम जाणवू लागला, माझं वजन कमी होऊ लागलं, ते जसं कमी होऊ लागलं, पाठदुखी कमी होऊ लागली.

मला सतत असं वाटत होतं की, माझं वजन जास्त असल्यानं मी व्यायाम करू शकणार नाही. माझी पाठ, मान, पाय आणि इतरत्र ज्या वेदना असतात, त्यामुळं मी सतत कामकाज करू शकणार नाही. जेव्हा केव्हा मी असं काही करण्याचा प्रयत्न केला होता, प्रचंड वेदना जाणवल्या होत्या. पण आता मात्र उलटं झालं. मी जसा व्यायाम सुरू केला, माझ्या शरीरानं चांगल्या पद्धतीनं मला साथ दिली. माझा अंदाज असा होता की, माझं वजन मी कमी केलं की, मला पाठीचा त्रास होणार नाही. शेवटी तीनशे पौंड वजन वाहणं म्हणजे गंमत नाहीये. पण वजन कमी करणं म्हणजे विजय मिळवण्यासारखंच होतं.

मग मी लहान मुलांसारखं केलं. मी माझ्यासाठी एक चित्र तयार केलं, अर्थात माझ्या मनात! मी म्हणजे पेपरचा गठ्ठा, जवळपास १५० पेपर्सचा आणि प्रत्येकाचं वजन १ पाऊंड आहे. जो गठ्ठा माझ्या पाठीवर

बांधलेला आहे. प्रत्येक वेळी मी घरात पेपर फेकून एक पौंड कमी करते, प्रत्येक वेळी मी एक पेपर फेकला की माझं वजन कमी होऊन शरीर निरोगी होणार, माझं वजन कमी होत होत चाललं आणि माझं शरीर निरोगी होत चाललंय, जसं मला हवं होतं.

मी सारं चित्र एकदम पाहण्याचा प्रयत्न करीत नाही. मला हेच माहीत नाही की, मला किती वजन कमी करणं गरजेचं आहे आणि किती करायला पाहिजे. आता या वास्तवाची मला जाणीव आहे की, जर मी १५० पेपर्स टाकले आणि जर घरी येऊन झोपले तर सकाळी उठणार नाही. म्हणून मी तसं करणार नाही. मला आता याचा अभिमान वाटतो की, मला पाठदुखी असतानाही वाकता येतं, मला कमी होणाऱ्या प्रत्येक औंस वजनाचा अभिमान वाटतो आणि माझ्या हालचालीचा अभिमान वाटतो. प्रत्येक दिवशी मी एक पेपर जास्त असल्याप्रमाणं समजते.

— मिशेल मॅकलिन

तुमची पाठ तुमच्यासाठी काय करू शकते, हे विचारू नका

अभिनंदन! तुमची पाठदुखी आता दुरुस्त होत आहे. तिचं दुखणं दुरुस्त होत असताना ही पथ्यं पण पाळा.

● थोटकं फेकून द्या -

धूम्रपान? लगेच बंद करा. त्यातल्या निकोटिनमुळे मणक्यातील चकतीचा ऱ्हास होण्याची आणि अस्थी ठिसूळ होण्याची शक्यता जास्त असते. (बाकी फुफ्फुसाचा कॅन्सर, इम्फायसेमा होतोच.) धूम्रपानानं वेदना सहन करण्याची क्षमता कमी होते, जास्त वेदना जाणवते. ही सवय सोडण्यासाठी डॉक्टरांना भेटा, ते काही औषधं लिहून देतील किंवा व्यसनमुक्तीसाठी काही सांगतील.

● योग्य मापाचे बूट-चपला वापरा -

पायांचा त्रास आणि चुकीच्या चप्पल-बुटांनी पाठदुखीचा त्रास होतो. जर तुमचे धावण्याचे वा चालण्याचे बूट योग्य नसतील, तर योग्य असे बूट घ्या. तुमच्या पाठीसाठी त्यांची गरज आहे. उंच टाचांमुळे तुमच्या ताठ उभं राहण्याला त्रास होतो, खरंतर हे संकट असतं, त्यामुळं एखाद्याच कार्यक्रमासाठी ते वापरा. जर तुमचा पावलाचा भाग सपाट असेल, तर तुम्हाला त्याचा त्रास जाणवणारच (तेव्हा तुम्ही उभं राहता किंवा चालता तेव्हा पाऊल आत वळतं.) किंवा जेव्हा तुमच्या पायाचं दुसरं बोट हे अंगठ्यापेक्षा मोठं असतं, तेव्हा तुम्हाला चांगल्या चप्पल-बुटाची गरज असते. एखाद्या तज्ज्ञाचा सल्ला घ्या.

● योग्य आहार घ्या -

वजन जास्त असल्यास त्याचा दाब तुमच्या पाठीवर पडतो. तज्ज्ञांचं सांगणं असं आहे की, तुमचं वजन तुमच्या आदर्श वजनापेक्षा दहा पौंड कमीच पाहिजे. योग्य आहारामुळं जास्तीचं वजन कमी होतं आणि त्यामुळे तुमची उपासमारही होत नाही, तसेच इतर वजन वाढवणारे पदार्थ खाण्याची इच्छापण होत नाही. तुमचं वय, उंची आणि बांधा यासाठी तुमचं वजन किती हवं, ते डॉक्टरांना विचारा आणि त्या वजनाला सांभाळण्यासाठी एकंदर किती आहार हवा, ते पण विचारा.

मग फळं, भाजीपाला, कमी स्निग्धता असणारे दुग्धजन्य पदार्थ, मांस, सबंध धान्यं वगैरे घ्या. आहारात पिष्टमय पदार्थ (कणकीचे, गव्हाचे ब्रेड), प्रोटिन (चिकन) आणि फॅट्स म्हणजे स्निग्ध पदार्थ आहेत ना, याची खात्री करा. पाणी आणि साखर नसलेला चहा घ्या.

● **कॅल्शियमचा आहार असू द्या -**

पाचव्या प्रकरणात चर्चा केल्याप्रमाणं कॅल्शियम हाडांच्या मजबुतीसाठी आवश्यक आहे. दुग्धजन्य पदार्थ, पालक, बदाम, टोफू आणि कॅल्शियम भरपूर असलेला आहार घ्या.

● **सतत कामात व्यस्त रहा, फिरा -**

व्यायामामुळं तुमचे स्नायू सक्षम होतात, ज्यामुळं तुमच्या पाठीला आधार मिळतो, लवचीकता येते, हाडं भरीव होतात आणि तुम्ही सडपातळही दिसता. व्यायाम सुरू करण्यापूर्वी डॉक्टरांना भेटा आणि तुमचा व्यायाम हा हृदयाची क्षमता वाढवणारा (सायकल चालवणं, पोहणं, चालणं), वजनावर काम करणारा (वजन उचलण्याची मशीन) आणि योग्य तणाव देणारा आहे, याची खात्री करा. पोटाच्या स्नायूंची क्षमता वाढवणं महत्त्वाचं आहे, कारण पोटाचाच पाठीला आधार असतो. जर योग्य आणि सोयीस्कर असेल, तर एक काम २-४ वेळा विभागून करा.

● **ताठ बसा**

तुमच्या आईचंच म्हणणं बरोबर होतं. कुबड काढून बसू नका. ताठ बसा. विशेषत: लिहिण्यासाठी टेबलाजवळ बसताना किंवा बराच वेळ वाहन चालवताना ताठ बसा. कमरेला आधार देणारी खुर्ची किंवा उशी वापरा. किंवा टॉवेलची घडी ठेवा. पायाखाली स्टूल ठेवल्यास जास्त फायदा होईल.

● **मन प्रसन्न ठेवा -**

नैराश्य किंवा अस्वस्थतता यामुळं पाठ दुखते किंवा दुखणं वाढतं. जर निराश असाल किंवा अस्वस्थता असेल, तर डॉक्टरांना भेटा. ते तुमची मन:स्थिती सुधारण्यासाठी योग, ध्यान वा ताई चि सारखे उपाय योजतील.

● **वजन सरळ उचला -**

हे पूर्वीच सांगितलं होतं, आता पण सांगतो. आणि पुन्हा सांगू, जड वजन उचलताना काळजी घ्या, म्हणजे पाठ सुरक्षित राहून बरेच दिवस वजन उचलू शकाल. गुडघं वाकवा, कंबर नको, वस्तू शरीराजवळ ठेवा.

माझी पाठ चांगली राहण्यासाठी मी हे करू शकतो–

- धूम्रपान सोडण्यासाठी खास डॉक्टरांचा सल्ला घेणं.

- पुस्तकांचं दुकान, वाचनालय आणि नेटवरून व्यायामाविषयी माहिती घेणं. टेनिस, चालणं, मार्शल आर्ट, योग, पोहणं शिकणार.

- व्यायाम सुरू करण्यापूर्वी डॉक्टरांना भेटणार.

- धान्याच्या दुकानात जाऊन फळं, भाजीपाला, सबंध धान्याची ब्रेड, पास्ता, कमी स्निग्ध असणारे दुग्धजन्य पदार्थ, ऑलिव्ह ऑइल,चिकनसारखी खरेदी करणार.

- व्यायामशाळेचा शोध घेणार.

- जर चालण्याचे, धावण्याचे बूट चांगले नसतील, तर दुकानात जाऊन बदलणार,दुकानदाराचा सल्ला घेणार.

- पोषक पण कमी ऊर्जा देणारे शारीरिक गरजा भागवणारे अन्न मिळण्यासाठी आहाराचा आठवड्याचा तक्ता बनवणार.

- अस्वस्थता आणि नैराश्यासाठी डॉक्टरांना भेटणार.

- ॲरोमाथेरपी, गरम पाण्याचे स्नान आणि ध्यानाद्वारे मन शांत व शिथिल ठेवणार.

महत्त्वपूर्ण वास्तव, प्रेरणादायी कथा

चिकन सूप
फॉर द सोल
अस्थमा

अनुवाद
वसु भारद्वाज

'अस्थमा' अर्थात 'दमा' या आजाराविषयी अनेक गैरसमज आहेत. सगळ्यात महत्त्वाचा आणि आरोग्याला घातक असा गैरसमज म्हणजे दमा आला तसा जाईल. अशा गैरसमजांच्या मुळाशी आहे या आजाराबाबत असणारे अज्ञान! दुर्दैवाने आपल्याकडे दमा आणि त्यावरील उपचार याबाबतची शास्त्रीय माहिती मराठीत फारशी उपलब्ध नाही. त्यासाठी 'चिकन सूप फॉर द सोल' या लोकप्रिय पुस्तक मालिकेद्वारा सामान्य वाचकांपर्यंत ही रंजक आणि वाचनीय माहिती पोहोचविण्याचा हा छोटासा प्रयत्न...

चिकन सूप

फॉर द सोल
थिंक पॉझिटिव्ह

बिकट काळातील आव्हानं पेलणाऱ्या समर्थ माणसांच्या प्रेरणादायी कथा

अनुवाद
मंजूषा मुळे

सकारात्मक विचारांचा अवलंब करून आपलं आयुष्य कसं सुधारावं आणि आव्हानांवर मात कशी करावी, हे अनेकांनी आपल्या वागण्यावरून प्रत्यक्ष दाखवून दिलं आहे. अशांपैकीच काही जिगरबाज माणसांनी त्यांच्या स्वतःच्याच शब्दांत लिहिलेले हे त्यांचे अनुभव वाचणाऱ्याला अचंबित करणारे तर आहेतच; शिवाय आत्मपरीक्षण करण्यास भाग पाडणारे आहेत.

सकारात्मक विचार तुमचं आयुष्य कसं बदलू शकतात, सुसह्य करू शकतात, हे दाखवून देणाऱ्या या खऱ्या घडलेल्या गोष्टी आहेत. अचानक समोर उभ्या ठाकलेल्या आणि आयुष्यच उद्ध्वस्त करायला आलेल्या वेगवेगळ्या प्रसंगांवर, संकटांवर केवळ सकारात्मक विचारांच्या मदतीनं कशी मात करता येते, याची ही चालती-बोलती उदाहरणं सर्वांनीच कायम स्मरणात ठेवायला हवीत आणि स्वतःलाही नेटानं, निश्चयानं सकारात्मक मनोवृत्तीकडे, विचारांकडे वळवण्याचा आणि त्यायोगे आपलं आयुष्य आनंदमय, शांततामय करण्याचा सतत प्रयत्न करायला हवा, असा मौल्यवान विचार हे पुस्तक वाचणाऱ्या प्रत्येकाच्या मनात नक्कीच रुजेल, यात शंका नाही.